PIr̲APPU MUTAL Ir̲APPU VARAI PAYAṇAM

த்ரினாத் சாயி

ISBN 979-888591817-6

என் அம்மாவிடம்

பொருளடக்கம்

அணிந்துரை

எனக்காக எப்போதும் இருப்பதற்காக எனது குடும்பத்தினருக்கும் நண்பர்களுக்கும் நன்றி சொல்ல விரும்புகிறேன். இந்தப் புத்தகத்தை எழுதத் தூண்டிய கல்பா, அங்கிதா, மோகன், நாயுடு ஆகியோருக்கு நான் நன்றி சொல்ல வேண்டும்; நீங்கள் இல்லாமல், இது சாத்தியமில்லை.

முன்னுரை

மரணம் என்பது மனித அனுபவத்தில் எங்கும் நிறைந்த மற்றும் தவிர்க்க முடியாத ஒரு நிகழ்வாகும், அதைத் தவிர்க்கவோ அல்லது ஒத்திவைக்கவோ முடியாது. கலாச்சார எல்லைகளை கடந்து, பாலினம் மற்றும் இனரீதியாக அஞ்ஞானம் கொண்ட சில கருத்துக்களில் மரணம் ஒன்றாகும், எனவே நமது நிர்வகிக்கும் திறனுக்கு அப்பாற்பட்டது. மரணம் என்பது அனைவருக்கும் நிகழும் என்ற பொருளில் உறுதியானது, ஆனால் அது எப்போது எப்படி நிகழும் என்பது தெரியவில்லை. இறப்பு என்பது உயிரியல் ரீதியாக வேலை செய்யும் உறுப்புகளின் முடிவாக வரையறுக்கப்படுகிறது மற்றும் இதய துடிப்பு, இரத்த அழுத்தம், நாளமில்லா ஹார்மோன் அளவுகள் அல்லது மூளை செயல்பாடு போன்ற உடலியல் அறிகுறிகளால் கண்டறிய முடியும்.

மரணம் மற்றும் அவை நிகழும் உடல் அறிகுறிகள் மனித நடத்தை மற்றும் அறிவாற்றல் ஆகியவற்றின் அடிப்படையில் ஒருவரின் சொந்த மரணம் அல்லது மற்றொருவரின் மரணத்திற்கு வழிவகுக்கும் மற்றும் உளவியல் பாடத்தில் ஆய்வு செய்யப்படுகின்றன. மரணம் மற்றும் இறப்பு ஆகியவை தத்துவ ரீதியாகப் போட்டியிட்டு பல்வேறு வழிகளில் விளக்கப்படுகின்றன.

உதாரணமாக, பிளாட்டோ, ஆன்மா அழியாதது என்றும் உடலின் உடல் அழிந்த பிறகும் (ஆன்மீக அர்த்தத்தில்) தொடர்ந்து இருக்கும் என்றும் கூறுகிறார். மரணத்தின் மீதான மக்களின் அச்சம் புரிந்துகொள்ளத்தக்கது, ஆனால் மரணத்தை வாழ்க்கையின் உச்சமாக கருத வேண்டும் என்று அவர் மேலும் கூறுகிறார். மறுபுறம், எபிகுரஸ், ஆன்மா அழியக்கூடியது என்றும், இரண்டும் ஒன்றில் இருப்பதால் உடல் இறக்கும் போது இறந்துவிடும் என்றும் கூறுகிறார். மரணம் நிகழ்ந்தவுடன், அந்த அனுபவம் போய்விடும் என்பதால், அந்த அனுபவத்தின் வேதனையை அந்த நபரால்

அடையாளம் காண முடியாமல் போவதால், மக்கள் மரண பயத்தில் பகுத்தறிவற்றவர்கள் என்று அவர் கூறுகிறார்.

மரணம் அச்சத்தைத் தூண்டும் என்ற கருத்து சந்தேகத்திற்கு இடமின்றி சரியானது. இந்த சாதாரண மனித மரண பயம் மரணம் தொடர்பான உளவியல் ஆய்வுகளுக்கு அடித்தளமாக செயல்படுகிறது. உளவியல் மரணத்தின் உண்மையான அனுபவத்தை விட மரணத்திற்கான மனித எதிர்வினைகளை ஆய்வு செய்கிறது. உளவியலாளர்கள் மரணத்தை ஆராய்கின்றனர்

இதில் இறப்பு விகிதமும் அடங்கும், இது மரணம் தவிர்க்க முடியாதது என்று ஒரு நபரின் அங்கீகாரத்தைக் குறிக்கிறது. இறப்பைத் தவிர்க்க உதவியற்றவர்களாக இருப்பது பற்றிய இந்த விழிப்புணர்வு அறிவாற்றல் மாறுபாட்டை ஏற்படுத்துகிறது, ஏனெனில் மனிதர்கள் வாழ வேண்டும் என்ற உள்ளார்ந்த விருப்பம்; இது பய மேலாண்மை கோட்பாடு என்று அழைக்கப்படுகிறது. இந்த கோட்பாடுகள், மக்கள் மரணத்தைப் பற்றி சிந்திக்கும்போது ஏற்படும் எண்ணங்கள், உணர்வுகள் மற்றும் நடத்தைகளைப் புரிந்துகொள்ள உளவியலாளர்களுக்கு உதவுகிறது. மரணத்தின் பல்வேறு குணாதிசயங்கள் மக்களின் உணர்வுகள் மற்றும் அதற்கான எதிர்வினைகளை பாதிக்கலாம். வயது, உலகக் கண்ணோட்டம், மனித வாழ்க்கையின் மதிப்பு, மரணத்திற்குப் பிந்தைய வாழ்வில் நம்பிக்கை, தயார்நிலை மற்றும் மரணத்தின் சோகம் இவை அனைத்தும் காரணிகளாகும்.

"மரணமே எல்லாவற்றிலும் மிகவும் பயங்கரமானது, ஏனென்றால் அது முடிவு, இறந்தவர்களுக்கு நல்லது அல்லது கெட்டது என்று எதுவும் கருதப்படுவதில்லை."

- அரிஸ்டாட்டில்

"ஒருவன் அழியாமைக்கு அதிக விலை கொடுக்க வேண்டும்; ஒருவர் உயிருடன் இருக்கும்போதே பலமுறை இறக்க வேண்டும்.

-பிரெட்ரிக் நீட்சே

1

இறப்பதற்கு வாழ்க

"நாங்கள் நாளை வாழ்வோம் என்று எங்களுக்குத் தெரியவில்லை."

இந்த உண்மையை நீங்கள் தினமும் மனதில் கொள்ள வேண்டும். எடுத்துக்காட்டாக, ஹெராயின் பயன்படுத்தியதால் அதிகப்படியான மருந்தை உட்கொண்ட பாலிவுட் நடிகர் ஒருவர் இறந்தார்; சீட் பெல்ட் அணியாமல் அல்லது கவனம் செலுத்தாமல் மற்ற ஆபத்தான காரியங்களைச் செய்துகொண்டிருந்தபோது, மற்றொரு நபர் கார் மீது மோதியதில் அவர்கள் உயிர் இழந்தார். ஒரு நண்பர் அல்லது நேசிப்பவர் இறந்துவிட்டார் என்று நீங்கள் கூறினால், உணர்ச்சிவசப்படாமல் இருக்க முடியாது. அவர்கள் தூக்கத்திலிருந்து விழித்தெழுந்து, எதுவும் நடக்காதது போல் வாழ்க்கையைச் சென்ற நேரம் உங்களுக்கு நினைவிருக்கிறது; இன்று நம் உலகில் மரணத்திற்கான எந்த எச்சரிக்கை அறிகுறியும் இல்லை, எனவே இந்த உரையாடல் முன்பை விட அர்த்தமற்றதாக்குகிறது, ஆனால் நம்மை நன்றாக நினைவூட்டுகிறது - ஒவ்வொரு நிகழ்வும் கொண்டாடப்பட வேண்டும், ஏனென்றால் நாளை என்ன வரும் என்று நமக்குத் தெரியாது!

வாழ்க்கையைப் பற்றியும், வாழ்வதன் அர்த்தம் என்ன என்பதைப் பற்றியும் ஆழமாகச் சிந்திக்க வைக்கும் மரணத்தைப் பற்றிய சிந்தனையில் ஏதோ ஒன்று இருக்கிறது. யாராவது இறந்தால், அவர்கள் இந்த உலகத்தை விட்டு வெளியேறுவதில் சில மதிப்புமிக்க பாடங்களை நமக்கு அடிக்கடி கற்பிக்கிறார்கள்- கருணை கற்பிப்பதன் மூலமோ அல்லது அதன் சமூகத்தில் தமக்கென ஒரு குறிக்கோளைச் செய்துகொண்டே

வாழும் மற்றவர்களிடம் கருணை காட்டுவதன் மூலமோ; மனிதர்கள் ஏன் தற்கொலையைத் தேர்வு செய்கிறார்கள் (அல்லது குறைந்தபட்சம் முயற்சி செய்யுங்கள்) கருத்தில் கொள்ளும்போது உண்மையில் தவறான பதில் இருக்க முடியாது.

மன அழுத்தத்தால் பாதிக்கப்பட்டவர்களுடன் பணிபுரிந்த காலத்தில் நான் மிகத் தெளிவாகக் கற்றுக்கொண்ட விஷயம் என்னவென்றால், அன்றாடத் தருணங்களை எடுத்துச் சென்றால் எவ்வளவு முக்கியமானதாக மாறும் - அதாவது வண்ணமயமான நுண்ணறிவு.

நாம் அனைவரும் இறக்கிறோம். இது தவிர்க்க முடியாத வாழ்க்கை உண்மை, மற்றும் ஒவ்வொருவரின் மனதிலும் இருக்கும் கேள்வி - நீங்கள் இறந்த பிறகு என்ன நடக்கும்? உங்கள் நினைவுகள் வேறொரு வடிவத்தில் வாழ்கின்றனவா அல்லது அவை காலப்போக்கில் மறைந்துவிடுகின்றனவா; இதன் பொருள் என்னவென்றால், மிகவும் அடிப்படையான ஒன்று பதிலளிக்கப்படாததாகத் தோன்றும்போது (கண்மூடித்தனமாக சந்தேகிக்கப்படாவிட்டால்) அமைதி மற்றும் அர்த்தத்தை எவ்வாறு கண்டுபிடிப்பது என்பது குறித்து மனிதர்களாகிய நமக்கு ஒருபோதும் பதில்கள் வராது என்பதா? பெரும்பாலான மக்களுக்கு இந்த உணர்வுகள் எங்கிருந்து வந்தன என்று இன்னும் சரியாகத் தெரியாததால், இது நிராகரிப்பாகத் தோன்றலாம், ஆனால் ஒருவரின் இருப்புப் பயணத்தின் போது இதுவரை நடந்த விஷயங்கள் ஏன் நடந்தன என்பதற்குப் பின்னால் நான் தங்களுக்கு எதிராக வாதிடுவேன்.

நீங்கள் இளமையாக இருக்கும்போது, எதிர்காலத்தைப் பற்றி சிந்திக்க கடினமாக இருக்கும். உங்கள் வாழ்க்கை எப்படி இருக்கும் அல்லது உங்களுக்கு மரணம் எப்போது வரும் என்று உங்களுக்குத் தெரியாது - ஆனால் நாம் வயதாகும்போது எல்லாம் மாறுகிறது, இப்போது அந்த நேரம் முன்பை விட மிகவும் விலைமதிப்பற்றதாக தோன்றுகிறது, ஏனென்றால் ஒவ்வொரு நாளும் பூமியில் நம்முடைய கடைசி நாளாக இருக்கலாம். நாளை எப்போதும் இருக்கும் என்று நம்புபவர்கள் பலர். ஆனால் உண்மை என்னவென்றால், பூமியில் அவர்களின் கடைசி நாள் எப்போது வரும் என்று யாருக்கும் தெரியாது; எனவே குடும்பம் மற்றும் நண்பர்களுடன் நீங்கள் எவ்வளவு நேரம் செலவிடுகிறீர்கள் என்பதை ரசிப்பது சிறந்தது, அதே நேரத்தில் அவர்கள் ஒன்றாகச் சேர்ந்த இந்த தருணங்கள் உண்மையில் எவ்வளவு முக்கியமானவை என்பதை அவர்-

கள் நினைவில் வைத்திருப்பதை உறுதிப்படுத்திக் கொள்ளுங்கள்!

மரணத்தை எதிர்கொள்ளும் போது, பலர் தங்கள் நோயை மறுக்கிறார்கள். யாரையாவது அல்லது அவர்களுக்கு விலைமதிப்பற்ற ஒன்றை இழக்க நேரிடும் வலியைத் தவிர்ப்பதற்காக அவர்கள் இதைச் செய்கிறார்கள் - இது ஒரு குறுகிய ஆயுட்காலம் நீடித்தாலும் கூட, விட்டுச் சென்றவர்களுடன் அதிக நேரத்தை உணரவும், உங்கள் நாட்களில் ஒன்றாகச் செய்த நினைவுகளின் மூலம் பாராட்டப்படவும்; நாம் அனைவரும் இங்குள்ள பயணத்தின் போது ஒரு கட்டத்தில் இருப்பதைப் போல நீங்கள் இரு உலகங்களுக்கு இடையில் போராடும்போது "ஏற்றுக்கொள்வது" போன்ற எளிய பதில் எப்போதும் இருக்காது. எனக்கு எதுவும் நடக்க விடமாட்டேன்!

அதிர்ச்சியால் பாதிக்கப்பட்டவர்கள் தங்கள் தேவைகளை பூர்த்தி செய்யவில்லை என்று உணர்ந்தால், அவர்கள் கோபமான நிலைக்கு நுழைகிறார்கள். அவர்கள் கேட்கலாம் "ஏன் இல்லை?" அல்லது இந்த செயல்முறை முழுவதும் ஆரோக்கியமாக இருந்து, இப்போது தேவைப்படுபவர்களுக்கு உதவியை வழங்கக்கூடிய மற்றவர்களிடம் வெறுப்பை உணருங்கள், ஏனெனில் இது நியாயமற்றது!

கோபம் போன்ற உணர்ச்சிகள் எழும் இரண்டு விதமான நிலைகளை ஒருவர் கடந்து செல்கிறார்: முதலில் நிவாரணம் மற்றும் திட்டமிடல் - இன்னும் தீர்வு காணப்படவில்லை என்றாலும் எல்லாம் மீண்டும் சாத்தியமாகத் தோன்றும்போது; எல்லா நம்பிக்கையும் துலங்கும்போது துக்கத்தைப் பின்தொடர்கிறது. பேரம் பேசும் செயல்முறையானது நேரம் மற்றும் மதிப்பின் நுட்பமான சமநிலையாகும். ஒரு நபர் தங்களுக்குக் கொடுக்கப்பட்டதை விட அதிகமாக விரும்புகிறார், ஆனால் அது வேறொருவரால் வழங்கப்படாமல் அவர்களின் வாழ்க்கையில் மதிப்பைக் கண்டுபிடிக்க முடியாது - இந்த விஷயத்தில், கடவுளோ அல்லது விதியோ அவர்களுக்கு சிறந்ததைக் கொடுப்பதற்கு அவர் மட்டுமே பொறுப்பாகும். அனைவரும் ஏற்கனவே தூங்கிவிட்ட (மற்றும் உள்ளடக்கம் என்று நம்புகிறேன்) போன்ற தாமதமான நேரங்களில் முடிந்தது.

மக்கள் தங்கள் இறுதி நாட்களை எதிர்கொள்ளும்போது மரணத்தின் உறுதியானது மனச்சோர்வு, தனிமைப்படுத்தல் மற்றும் நம்பிக்கையற்ற தன்மைக்கு வழிவகுக்கிறது. நிச்சயமற்ற நோய் அல்லது சோகத்தால் ஒருவர் அதைச் சொல்லும் வரை எங்களுக்கு எவ்வளவு நேரம் இருக்-

கிறது என்பது எங்களுக்குத் தெரியாது என்று அடிக்கடி கூறப்படுகிறது, ஆனால் இந்த தர்க்கம் சில சந்தர்ப்பங்களில் பொருந்தாது, ஏனெனில் உங்களுக்கு புற்றுநோய் போன்ற முனைய நிலை இருக்கும்போது எல்லாமே மாறும் ஒரு தெளிவான தருணம் எப்போதும் இருக்காது - நிச்சயமாக, சில நிகழ்வுகள் பயம் முதல் ஏற்றுக்கொள்ளும் வரையிலான உணர்வுகளைத் தூண்டலாம்.

வருத்தம் செயல்முறையின் இறுதிக் கட்டம் ஏற்றுக்கொள்வது. உயிருக்கு ஆபத்தான நிலையில் உள்ள ஒருவர், அவர் இறந்துவிடுவார் என்பதை ஏற்றுக்கொண்டு, மரணம் நெருங்கி வரும்போது, இந்த உலகத்திற்கு வெளியே உள்ள பிரச்சனைகளில் உள்ள ஆர்வத்தில் இருந்து விலகி, அவர்களுக்கு போதுமான தீர்மானம் இல்லையென்றால் கடைசியாக விடைபெறும் நேரம் வரும் வரை அவர்களின் எதிர்காலத்திற்குத் தயாராகிறார். இறப்பதற்கு முன் அனைத்து கடன்களும் செலுத்தப்படுவதை உறுதிசெய்து கொள்ளலாம்

இறப்பது போன்ற ஒரு முக்கியமான நிகழ்வை எதிர்கொள்ளும் போது, சில நபர்கள் எவ்வாறு வெவ்வேறு உணர்ச்சிகளைக் கடந்து செல்கிறார்கள் என்பதை இந்தப் பகுதி விவாதிக்கிறது; இறுதி நேரத்தில் என்ன காத்திருக்கிறது என்பதை உணர்ந்தவர்களிடையே ஒரு பொதுவான உணர்வு ராஜினாமா (அல்லது நிவாரணம் கூட) அடங்கும். அவர்கள் இறுதிச் சடங்குகள் மற்றும் அடக்கம் செய்வதற்கான தங்கள் விருப்பங்களையும் பகிர்ந்து கொள்ளலாம். வலி போய்விட்டது அல்லது எல்லாவற்றையும் மாற்றியமைக்கும் பயங்கரமான ஒன்று நடந்தது போன்ற உணர்வு கிட்டத்தட்ட வெற்றிடமாக உள்ளது, ஆனால் நீங்கள் அதைப் பற்றி பேச விரும்பவில்லை, ஏனென்றால் இப்போது இவை அனைத்தும் இறுதியாக உணர்கிறது - உங்கள் நீண்ட பயணம் தொடங்கும் முன் முடிவு

இறுதி ஊர்வலத் தள தயாரிப்பு & ஆம்ப்; தகனம் செய்யும் கலசங்கள் போன்றவை. மற்றவர்களுக்கு அசௌகரியத்தை உண்டாக்கும் உணர்ச்சிகரமான விஷயங்களில் அதிக கவனம் செலுத்துவதைத் தவிர்க்கவும்.

சிலருக்கு, மரணம் என்பது விவாதிக்கப்படக்கூடாத ஒரு தடைசெய்யப்பட்ட விஷயமாகும். அவர்கள் தங்கள் சொந்த மரணங்களைப் பற்றி சிந்திக்க மறுக்கிறார்கள், அதற்கு பதிலாக இந்த உலகம் அவர்களுக்கு

வழங்கக்கூடிய அனைத்தையும் அனுபவிக்கும் மற்றொரு நாள் எப்பொழுதும் எஞ்சியிருக்கும் என்பது போல் வாழ்க்கையை வாழ்வதில் கவனம் செலுத்துகிறார்கள்.

இறக்கும் எண்ணம் பலரை திகைக்க வைக்கிறது, ஏனெனில் அது ஒரு சேர்க்கை தோல்வி போல் உணர்கிறது; எல்லாவற்றிற்கும் மேலாக, பெரும்பாலும் நன்றியின் காரணமாகத்தான் நாம் இன்று உயிருடன் இருக்கிறோம், இப்போது ஏன் தோல்வியை ஒப்புக்கொள்கிறோம்?

இருப்பினும், சிலருக்கு மரணம் என்பது விவாதிக்க அல்லது சிந்திக்க கூட மிகவும் கடினமான தலைப்பு. அவர்கள் மறுத்து, எதிர்காலத்தில் எப்படி இறப்பார்கள் என்ற கேள்விகளுடன் போராடுகிறார்கள், ஏனெனில் இது மிகவும் வேதனையானது

இந்த பத்தி பேசுகிறது ஏனெனில் மரணம் ஒரு காலத்தில் பேசக்கூடாத ஒன்றாக கருதப்பட்டது; எவ்வாறாயினும், யாராவது இறந்துவிட்டால், இது விஷயங்களை மோசமாக்கும் என்பதை இப்போது நாங்கள் உணர்கிறோம்.

நான் இறக்கும் நாள் என் வாழ்வில் மறக்க முடியாத நாளாக இருக்கும். இது நேற்றோ நாளையோ போல உணராது என்பதல்ல, ஒரே நேரத்தில் பல விஷயங்கள் நடக்கின்றன- அன்புக்குரியவர்கள் அவர்களில் ஒருவராக பிரிந்து செல்வது; சிறுவயது நினைவுகள் ஒரு நொடியில் வந்துவிட்டன என்பதை உணர்ந்துகொள்வது, ஏனென்றால் நீங்கள் இப்போது பூமியில் உங்களின் இறுதித் தருணங்களை எதிர்கொள்கிறீர்கள்... தங்கள் நித்திய இலக்கை அறியாத ஒருவருக்கு இது நிகழும்போது (பெரும்பாலும் ஏழைகளுக்கு இது நடக்கும்.), பின்னர் வேலை அதன் பொருளை இழக்கிறது. அவர்கள் தங்கள் வாழ்க்கையை ரசிக்க அதிக நேரம் செலவிட வேண்டும் என்று அந்த நபர் விரும்புகிறார். நான் என்னைப் பற்றி போதுமான அளவு உண்மை இல்லை, எனவே அவர் இந்த உலகில் ஒரு சிறந்த இடத்துடன் என் உணர்வுகளை சமரசம் செய்ய வேண்டியிருந்தது.

அந்த நபர் தன்னை சரியாக வெளிப்படுத்தவில்லை, அது உண்மையில் அவரது மனதில் இருப்பதை வெளிப்படுத்துவதில் இருந்து சிக்கல்களை ஏற்படுத்தியது - நமக்குள் எவ்வளவு ஈடுபாடு இருக்க வேண்டும் என்பது பற்றி மோசமான முடிவுகளை எடுக்க அவரை வழிநடத்தியது."

மரணம் நெருங்கும்போது நாம் அனைவரும் நம் நண்பர்கள் மற்றும் அன்புக்குரியவர்களுடன் தொடர்பில் இருக்க விரும்புகிறோம், ஆனால் நம்மில் பலர் தொடர்பை இழந்துவிட்டதால் விடைபெற முடியாது. நானே மகிழ்ச்சியை விரும்பினேன்- எனவே முகநூல் அல்லது ட்விட்டரில் எனது முன்னாள் நண்பர்களை இழப்பதற்குப் பதிலாக (அது அர்த்தமுள்ளதாக இருக்கும்), நாம் ஒருவரையொருவர் முற்றிலும் ஒதுக்கி வைப்பதே சிறந்தது என்று முடிவு செய்தேன்!

இது நடந்ததற்கு ஏதாவது காரணம் இருந்திருக்க வேண்டும் என்று நான் உறுதியாக நம்புகிறேன்; இரு தரப்பினருக்கும் இடையில் ஏதேனும் ஒன்று வந்திருக்கலாம், இதனால் அவர்களால் இனி தொடர்பு கொள்ள முடியவில்லையா? எதுவாக இருந்தாலும்: ஒரு தரப்பினர் மற்றொருவரைத் தொடர்புகொள்வதற்கான முயற்சிகளை மேற்கொண்டால், எல்லாமே இறுதியில் மீண்டும் இடம் பெறும்.

நம் சொந்த மகிழ்ச்சியை உருவாக்கும் சக்தி நம் அனைவருக்கும் உள்ளது. பலர் மாற்றத்திற்கு பயப்படுகிறார்கள் மற்றும் அவர்களின் ஆறுதல் மண்டலங்களில் தங்கியிருப்பார்கள், ஆனால் இந்த பகுதியில் தனிப்பட்ட விருப்பத்திற்கு வரும்போது தவறான அல்லது சரியான வழி இல்லை என்பதால் இது அவர்கள் சார்பாக எடுக்கக்கூடிய ஒரு முடிவு.

மகிழ்ச்சியாக இருப்பதற்குப் பின்னால் உள்ள யோசனை, தங்கள் சொந்த நலனுக்காக விஷயங்களைச் செய்வதை விட மிகவும் ஆழமானது; அதற்குப் பதிலாக, உங்கள் மகிழ்ச்சியின் அளவை அதிகரிக்கச் செய்யும் செயல்களைச் செய்வதன் மூலம் உங்களை முதலிடத்தில் வைக்க வேண்டும்--கொஞ்சம் கூட! சிலருக்கு, மழைக்காலத்தில் ஒருமுறை வெளியில் செல்வதைக் காட்டிலும், டி.வி.யைப் பார்ப்பதற்குப் பதிலாக, எல்லாம் சிற்றுண்டி போல வறண்டதாக உணரும்... அல்லது நீண்ட தூரம் ஜாகிங் செய்வதையும் உள்ளடக்கலாம்.

நம் அனைவருக்கும் ஒரு குறிப்பிட்ட கால அவகாசம் உள்ளது. அந்த எண்ணை அழைத்தால், நீங்கள் எதை விட்டுச் செல்வீர்கள்? உங்கள் கடைசி ஆசை என்னவென்றால், அவர்கள் எவ்வளவு நேசித்தார்கள் மற்றும் அக்கறை கொண்டிருந்தார்கள் என்பதை நினைவில் வைத்துக் கொள்ள வேண்டும் அல்லது அவர்களின் நினைவுகள் ஒவ்வொரு நாளும் எந்த வலியினாலும் சோதிக்கப்படாமல் வெறுமனே மறைந்து போகுமா, ஏனென்றால் வாழ்க்கை சில சமயங்களில் உண்மை-

யில் இப்படி இருக்காது... யாரையோ நினைத்து அழுவது சில விஷ-யங்கள் இன்னும் எங்காவது ஆழமாக எங்காவது மறைந்திருக்கலாம் என்றாலும், சில விஷயங்கள் இன்னும் எங்காவது மறைந்திருந்தாலும், திருப்பங்களில் ஒளியுடன் இருள் வசிக்கும் இடத்தில், நமக்குள்ளேயே மிகக் குறைவான விழிப்புணர்வு இருக்கும்போது இனி வாழ்வது முட்-டாள்தனமாகத் தெரியவில்லை.

ஒரு நபரின் மரணம் எப்போதும் கடினமாக இருந்தாலும், அவர்கள் நேசிக்கப்படுவது மட்டுமல்லாமல் நல்ல நண்பர்களாகவும் இருக்கும்போது அது கடினமாக இருக்கும். துக்கம் பெரும்பாலும் ஒரு ஆரம்ப கட்டத்தில் மக்களை அழைத்துச் செல்கிறது, அங்கு ஏற்றுக்கொள்ளப்படுவதற்கு முன்பு நிராகரிப்பு மற்றும் அவநம்பிக்கை ஆகியவை முக்கிய உணர்வுக-ளாக மாறி, இறுதியில் காலப்போக்கில் மீண்டும் குணமடைய வழிவகுக்-கின்றன- இருப்பினும், பலர் தங்கள் சோகத்தை முழுவதுமாக ஒருபோ-தும் போக்க மாட்டார்கள், இது போன்ற நெருங்கிய நபரை இழந்த பிறகு பல ஆண்டுகளாக தொடர்ந்து சோகமாக இருக்கலாம். இது குடும்ப உறுப்பினர்கள் அல்லது காதலர்களுடன் நடந்தது; இருப்பினும் நம் பிக்கை இருக்கிறது!

மரணத்தைப் பற்றி நினைப்பது கடினம், ஆனால் அது நடக்கும். பொதுவாக, நெருங்கிய ஒருவர் இறந்துவிட்டார் என்பதை நீங்கள் உணர்ந்தால், அவர்களின் வாழ்க்கை உங்கள் மனதில் தெளிவாகவும் குழப்பமாகவும் மாறும், ஏனென்றால் என்ன நடந்தது என்பது பற்றிய நிச்சயமற்ற அல்லது குழப்பத்திற்கு இடமில்லாமல் எல்லா துண்டுகளும் ஒன்றாகப் பொருந்துகின்றன.

அந்த நபர் இந்த உலகத்தை விட்டு என்றென்றும் போய்விட்டார், அதனால் நினைவுகளைத் தவிர வேறு எதுவும் மிச்சமில்லை- அன்பான ஒருவரை இழந்த பிறகு (குறிப்பாக அவர்கள் உண்மையில் தாக்கத்தை ஏற்படுத்தினால்) எப்படி திடீரென்று எல்லாவற்றையும் உணர முடியும் என்பதைப் பொறுத்தவரை இது முதலில் கடினமாக இருக்கலாம். இறு-திச் சடங்குகள் போன்றவற்றின் உள்ளே சவப்பெட்டிகளை வைப்பதன் மூலம் பலர் சரியாகச் செய்வதில் ஆறுதல் (மற்றும் மூடல்) காண்கி-றார்கள்.

உடல் அடக்கம் செய்யப்பட்டால், மக்கள் தங்கள் அன்புக்குரியவர்க-ளைச் சந்திக்கவும், அவர்கள் எப்படி வயதானவர்கள் என்பதைப் பார்க்-

கவும் முடியாது. எஞ்சியிருப்பவை அனைத்தும் திறந்தவெளியில் எலும்புகள் மட்டுமே, அவற்றைச் சுற்றி வேறு எதுவும் இல்லை - இதயமற்ற தரையில் குளிர்ச்சியாகத் தாக்கும் ஒருவரின் வாழ்க்கை இப்படி முடிவடையும் போது பூஜ்ஜிய கண்ணியம் அல்லது மரியாதை கொடுக்கப்படுகிறது; மரணம் நிகழ்ந்து வெகுகாலம் ஆன பிறகும் வேறு எந்த விஷயத்திலும் செல்வதற்கு முன் உறவினர்களால் சில அன்பான வார்த்தைகளாவது பேசப்பட வேண்டும்.

ஒருவர் நினைப்பதை விட மரணத்தை நெருங்கும் அனுபவங்கள் மிகவும் பொதுவானதாகக் கூறப்படுகிறது. குறுகிய கால மரணங்களை அனுபவித்தவர்கள் இந்த உலகத்திலிருந்து தற்காலிகமாக வெளியேறும் நேரத்தில் தாங்கள் விழிப்புடன் இருந்ததாகக் கூறுகிறார்கள், ஆனால் அது உண்மையில் நடந்ததா இல்லையா என்பதைச் சரிபார்க்க எங்களுக்கு வழி இல்லை, ஏனென்றால் மரணத்திற்கு அருகில் உள்ள பெரும்பாலான நோயாளிகளுக்கு என்ன நடக்கிறது என்பது பற்றி எதுவும் நினைவில் இல்லை. நித்தியத்துடன் அவர்களின் தூரிகைக்கு முன்.

ஒரு நபர் இறக்கும் போது அவருக்கு என்ன நடக்கும்? செல்வம், அதிகாரம், அந்தஸ்து ஆகியவற்றின் பொறிகள் பொருத்தமற்றதாகிவிடும். கார்கள் அல்லது வீடுகள் போன்ற அவர்களது சொத்துக்கள் கொடுக்கப்படும் அதே வேளையில், சில சமயங்களில் அவர்களில் உயிர் பிழைத்தவர்களால் வேலையைப் பற்றி முழுமையாக மறந்துவிடுவார்கள், அந்த நபரின் காலத்திலிருந்து எவ்வளவு நேரம் கடந்துவிட்டது என்பதைப் பொறுத்து அது மற்றவர்களிடையே மறுபகிர்வு செய்யப்படலாம்.

மிகவும் முக்கியமான ஒருவரை இழந்த பிறகு விட்டுச் சென்ற அன்புக்குரியவர்கள் பல மாற்றங்களுக்கு ஆளாகிறார்கள், ஆனால் ஒன்று சீராக உள்ளது - வாழ்க்கை தொடர்கிறது, ஏனென்றால் நம் துக்கங்கள் இருந்தபோதிலும் எப்போதும் முன்னேறிக்கொண்டே இருக்க வேண்டும்.

அவர்களின் காதல் போய்விட்டது என்பதை அவர்கள் புரிந்து கொள்ளத் தொடங்கும் போது அவர்கள் தொடர்ச்சியான உணர்ச்சிகளைக் கடந்து செல்கிறார்கள். அமெரிக்கா முழுவதிலும் உள்ள சில கல்லறைகளில் காணப்படுவதைத் தவிர வேறு எந்த வடிவத்திலும் இல்லாத இந்த நபரை வேறொருவர் எவ்வளவு நேசித்தார் என்பதை எல்லா நேரங்களிலும், புகைப்படங்கள் மற்றும் வீடியோக்கள் அவர்களுக்கு நினைவூட்டுகின்றன. மீண்டும் தங்களைக் காண்கிறார்.

இறந்த பிறகு மனித ஆன்மா அல்லது ஆவிக்கு என்ன நடக்கும்? இந்த கேள்வி பல நூற்றாண்டுகளாக சிந்திக்கப்படுகிறது மற்றும் பல பதில்கள் உள்ளன. என் அம்மாவைப் போல் நீயும் பௌத்தராக இருந்தால் - அவள் சொர்க்கத்தை நம்புவதை விட ஆவியை நம்புவதில்லை; ஆனால் அது கிறித்தவராக இருந்தால், ஒருவேளை இந்த பூமியில் வாழும் போது அவர்கள் எவ்வளவு நன்றாக இருந்தார்கள் என்பதைப் பொறுத்து கடவுளுடனான நித்திய வாழ்க்கை அவர்களின் இறுதி இலக்கில் காத்திருக்கிறது. பாரம்பரியம்), பௌத்தம் இந்திய சிந்தனை செயல்முறைகள் மூலம் உருவானது. நாம் அனைவரும் இறக்கிறோம். மரணத்திற்குப் பிறகு ஆன்மாவுக்கு என்ன நடக்கும் என்று எங்களுக்குத் தெரியாது, ஆனால் அதை விளக்க முயற்சிக்கும் சில சுவாரஸ்யமான நம்பிக்கைகள் இந்த உலகில் உள்ளன - மதம் மற்றும் புதிய வயது தத்துவம் ஆகியவற்றிலிருந்து!

ஆரோக்கியமான வாழ்க்கை முறையை வழிநடத்துவது முக்கியம், ஏனென்றால கடவுள் கொடுத்த வாழ்க்கையைப் பாராட்ட இது உங்களுக்குக் கற்பிக்கிறது. நிதானமாக வாழாததன் மூலம் மரணத்தை நாம் தவிர்க்கக்கூடிய ஒன்று என்றால், மக்கள் தங்கள் வாழ்க்கை எவ்வளவு மதிப்புமிக்கது என்பதை ஒருபோதும் அறிய மாட்டார்கள் - அதாவது அவர்கள் தேவையற்ற அபாயங்களை எடுத்துக் கொள்ளலாம் அல்லது தங்களுக்கு சாதகமான மாற்றங்களைச் செய்வதை விட்டுவிடலாம்! பாராசூட் மூலம் விமானத்தில் இருந்து குதிப்பது போன்ற கவனக்குறைவாக வாழக்கூடாது. மலைகளில் ஏறுவது மிகவும் ஆபத்தானது மற்றும் உங்கள் ஆரோக்கியத்திற்கு நீங்கள் முன்னெச்சரிக்கை நடவடிக்கைகளை எடுக்காவிட்டால் மரணத்திற்கு வழிவகுக்கும்.

நாம் வாழ்க்கையை போதுமான அளவு மதிப்பிட்டால், எந்தவொரு தீவிர விளையாட்டுகளையும் செய்வதற்கு முன் அல்லது நண்பர்களை நோய் தாக்குவது போன்ற வாய்ப்புகள் இருக்கும்போது அதைப் பயன்படுத்துவதற்கு முன்பு இது நம் மனதில் குறுக்கே நிற்கும்.

வாழ்க்கை என்பது இந்த நேரத்தில் வாழ்வதும், அதிகம் கவலைப்படாமல் இருப்பதும்தான். நீங்கள் நாளை அல்லது ஐந்து வருடங்கள் கழித்து இறந்துவிடலாம் ஆனால் அதுவரை, அதை எளிதாக எடுத்துக்கொள்வதில் என்ன தவறு? நாம் போன பிறகு எங்கள் திட்டங்களை விட்டுவிடுவது கடினமாக இருக்கலாம், ஏனென்றால் எதார்த்தம் போன்ற

சலிப்பான ஒன்றை யார் விரும்புகிறார்கள், முன்னால் பல வாய்ப்புகள் இருக்கும்போது - உதாரணமாக ஒரு சர்வதேச சியர்லீடராக இருப்பது போன்றது!

ஒவ்வொருவரும் தங்கள் உடலை அப்படியே வைத்திருக்கும் போது (மேலும் பூமியில் சிறந்தது) செய்ய வேண்டிய ஒன்று, முடிந்தவரை தங்களை முழுமையாக ஆராய்வதை உள்ளடக்கியது: மருந்துகள்/ சிகிச்சை முறைகளை ஏராளமாகப் படிக்க வேண்டும்.

என்ன அழகான சூரிய அஸ்தமனம் அது! நான் முதன்முதலில் ஒன்றைப் பார்த்தது எனக்கு நினைவிருக்கிறது. உங்கள் முதல் முத்தத்தையோ அல்லது உங்களுக்கு பைக் ஓட்டக் கற்றுக் கொடுத்ததையோ நீங்கள் ஒருபோதும் மறக்க மாட்டீர்கள்- அவை எப்போதும் வாழ்க்கையில் மிகவும் முக்கியமான தருணங்களாக இருக்கும், இது உண்மையில் முக்கியமானது, ஆனால் குறிப்பாக மரணம் என்பது பற்றிய பல்வேறு பாடங்களைக் கற்றுக்கொடுக்கிறது. நாம் போய்விட்டோம் - வாழ்ந்து முடித்தோம் -- அந்த எளிய இன்பங்களைத் தவிர வேறு எதுவும் மிச்சமில்லை: சூரிய அஸ்தமனம் (அல்லது நட்சத்திரங்கள்), க்ரீப் டிக்கெட்டுகள் மற்றும் சுவிட்சர்லாந்து சீஸ் வரைபடங்கள் போன்ற நண்பர்கள்/குடும்பத்துடன் விளையாடுவது; சில நேரங்களில் இந்த விஷயங்கள் வேலை செய்யவில்லை என்றாலும் கூட காதல் உறவுகளை அனுபவிக்கும்.

வாழ்க்கையின் அழகு என்னவென்றால், பல சாத்தியங்கள் உள்ளன, ஆனால் முக்கியமானது என்ன என்பதைப் பற்றி உண்மையில் சிந்திக்க மரணம் நமக்கு வாய்ப்பளிக்கிறது. உங்கள் நேரத்தையும் ஆற்றலையும் எப்படிச் சிறப்பாகச் செலவிடுவது என்பதைக் கற்றுக்கொள்வது, நீங்கள் எந்தச் சூழ்நிலையிலும் உங்களைச் சிறப்பாகப் பயன்படுத்திக்கொள்ளலாம்

நல்ல உடலுறவு... சுற்றிப் பயணம் செய்வது போன்ற எளிமையான இன்பங்களிலிருந்து உண்மையில் மகிழ்ச்சி வரும்போது, நல்ல வீடுகள் மற்றும் ஆடம்பரமான கார்கள் போன்ற பொருள் தேவை என்று நிறைய பேர் நம்புகிறார்கள். சில சமயங்களில் இந்த கவனச்சிதறல்கள் நமது தனிப்பட்ட உறவுகளுக்குள் பிரச்சனைகளை ஏற்படுத்துவதால் இது முக்கியமானது; இது தயாரிப்பதில் உண்மையிலேயே அக்கறை கொண்டவர்களிடமிருந்து அவர்களை விலக்கி வைக்கலாம். வாழ்க்கையில் சிறந்த

விஷயங்கள் இலவசம். ஆனால் ஒரு பிடிப்பு இருக்கிறது - அவை இணைக்கப்பட்ட சரங்களுடன் வருகின்றன! உதாரணமாக, உங்கள் நல்வாழ்வில் ஆழ்ந்த அக்கறை கொண்ட ஒருவரால் நீங்கள் நிபந்தனையின்றி நேசிக்கப்பட விரும்பினால் குடும்பத்தினரும் நண்பர்களும் சிறந்தவர்கள், ஆனால் மனிதர்களாகிய நாம் பயம் அல்லது பதட்டத்தால் மற்றவர்களிடமிருந்து நம்மை மூடிக்கொள்வது சில சமயங்களில் எவ்வளவு கடினம் என்பதை அறிந்திருக்கிறோம் . நேரம் கடினமாகத் தோன்றும் போது ஓய்வுக் கருவிகள் மிகவும் தேவையான ஆறுதல் அளிக்கும், ஏனெனில் இசையை வாசிப்பது நம் மனதை அமைதிப்படுத்த உதவுகிறது, அதே நேரத்தில் உடல் முழுவதும் நேர்மறையான உணர்வுகளை ஏற்படுத்தும் எண்டோர்பின்களை வெளியிடுகிறது (மற்றும் எந்த வேலையையும் எளிதாக்க உதவுகிறது). இந்த நன்மைகள் ஆரோக்கியத்தின் பகுதியில் (கள்) மற்ற சாத்தியமான விளைவுகளுடன் ஒப்பிடும்போது சிறியதாக இருக்கலாம்.

தற்போதைய தருணத்தில் புத்திசாலித்தனமாக வாழ ஞானம் கற்றுக்கொடுக்கிறது. மைண்ட்ஃபுல்னெஸ் என்பது நம் புலன்களைப் பற்றி அறிந்துகொள்வது - உயிருடன் இருக்கும்போது நாம் இப்போது பார்ப்பது, கேட்பது மற்றும் உணர்கிறது; அது ஒருபோதும் நிறைவேறாத நினைவுகளின் கடலில் அல்லது நாளைய எதிர்காலத் திட்டங்களில் சிந்தனையின்றி தொலைந்து போவதில்லை." ஒரு சிறந்த எதிர்காலத்திற்கான ஆசை இந்த தருணத்தில் வாழ்வதன் முக்கியத்துவத்தை மறந்துவிடும். அனுபவிக்க முடியாமல் போனதற்கு வருத்தப்படுவோம். மிகவும் தாமதமாக இருக்கும்போது எங்களிடம் இல்லாதது, ஏன் நேரத்தை வீணடிக்க வேண்டும்? புத்திசாலித்தனமான ஆலோசனையைப் பின்பற்றி, நல்ல முடிவுகளை எடுப்பதன் மூலம், சாத்தியமான சிக்கல்களைப் பற்றிய உங்கள் கவலைகள் அல்லது தவறவிட்ட வாய்ப்புகளைப் பற்றிய வருத்தங்கள் இனி உங்கள் மனதைத் தொந்தரவு செய்யாது என்பதில் நீங்கள் உறுதியாக உள்ளீர்கள்.

- ஏனென்றால் அங்கே எந்த அறையும் இல்லை!

நாம் படுக்கையில் உட்கார்ந்து டிவி பார்த்துக் கொண்டிருக்கும் போது, நம் குழந்தை வாழ்க்கையைப் பற்றிய கேள்விகளை "இந்த வார்த்தையின் அர்த்தம் என்ன?" போன்ற கேள்விகளைக் கேட்கத் தொடங்கும் போது அது எப்படி உணர்கிறது என்பதை நாம் அனைவரும்

அறிவோம். அல்லது "ஏன் சிலர் பணக்காரர்களாக இருக்கிறார்கள் மற்றவர்கள் இல்லை?" வேலை காலக்கெடுவால் உங்கள் அன்றாட வாழ்க்கை இடத்தை எடுத்துக்கொள்வதால், அவர்களின் கேள்விகளுக்கு இப்போது முழுமையான தெளிவுடன் உங்களால் பதிலளிக்க முடியவில்லை என்றாலும்; ஒரு நீண்ட இரவு உறக்கத்திற்குப் பிறகு, ஒவ்வொரு நொடியும் எண்ணிக்கொண்டிருக்கும் அந்த விஷயங்கள் நாளை காலை நடந்தால் என்னவாகும் - பிரச்சனைகள் இருந்தபோதிலும் எல்லாம் சரியாகி விட்டது. அது இன்று மதிப்பு குறைந்ததாகத் தோன்றுமா? நிச்சயமாக இல்லை!

மகிழ்ச்சியின் கட்டுக்கதைகள் அவ்வளவுதான், ஆனால் உங்கள் ஆசீர்வாதத்தின் மீது சிறிது கவனம் செலுத்தினால், நீங்கள் வாழ்க்கையில் உண்மையான மகிழ்ச்சியைக் காணலாம். உதாரணமாக, ஒருவரின் ஆரோக்கியம், அது நமக்கு நேரத்தை அனுமதிக்கும் விஷயங்களை அனுபவிப்பதற்கு முற்றிலும் முக்கியமானது!

நல்ல வாழ்க்கைத் தரம் இல்லாத பலரை நான் பார்த்திருக்கிறேன், ஏனென்றால் அவர்கள் சேமிப்புக் கணக்குகளில் பணம் வருவது போன்ற (உண்மையில் சாத்தியமில்லை) மற்ற பிரச்சினைகளைப் பற்றி கவலைப்படுவதில் அல்லது வம்பு செய்வதில் மிகவும் பிஸியாக இருந்தனர்.

நீங்கள் எதை நினைவில் கொள்ள விரும்புகிறீர்கள்? பெரும்பாலான மக்கள் ஒரு "நன்மை" நபராக பார்க்கப்படுவதை நோக்கமாகக் கொண்டுள்ளனர். அவர்கள் வாழ்க்கையில் செய்த ஒரு காரியத்திற்காக இருந்தாலும், தங்கள் அன்புக்குரியவர்களும் சக ஊழியர்களும் தங்களைப் பற்றி நல்ல விஷயங்களைச் சொல்ல வேண்டும் என்று அவர்கள் நம்புகிறார்கள்! இதைத்தான் நம் சமூகம் பெரியதாகக் கருதுகிறது: பணத்தால் மகிழ்ச்சியை வாங்க முடியாது, ஆனால் குறைந்த பட்சம் மற்றவருக்கு செல்வத்தின் அனைத்து அதிர்ஷ்டமும் இருந்தால் நாம் மிகவும் மோசமாக உணர மாட்டோம், ஏனென்றால் எல்லோரும் எப்படியும் ஒருவித சிகிச்சைக்கு தகுதியானவர்கள் - இல்லையா?!

இன்னும் சிலர் எந்த தடயத்தையும் விட்டுவிட மாட்டார்கள்; அதற்குப் பதிலாக ஒரு அநாமதேய தனிப்பட்ட பிரியாவிடையைத் தேர்ந்தெடுத்து, படிக்கும் முன் இந்த வார்த்தைகளுக்கு அடியில் உண்மையில் யார் வாழ்ந்தார்கள் என்று யாருக்கும் தெரியாது. மரணம்தான் இறுதி சமன். முன்பு நீங்கள் யாராக இருந்தீர்கள் என்பது முக்கியமில்லை,

இறந்த பிறகு நமது கடந்தகால வாழ்வு அனைத்தும் ஏதோ ஒரு வகையில் நமக்குள் வந்து சேரும் - அது ஒரு காலத்தில் அரசியல் கொந்தளிப்பின் காரணமாக என்றென்றும் இல்லாமல் போன செல்வமாக இருந்தாலும் சரி; காலப்போக்கில் அதன் மதிப்பு இழந்த நிலை சின்னங்கள், ஏனென்றால் மக்கள் தங்கள் அதிர்ஷ்டத்தை எவ்வாறு சம்பாதித்தார்கள் என்பது இனி நினைவில் இல்லை... இங்கே பாடம் அழகான ஒன்றை விட்டுச் செல்வது மட்டுமல்ல, போதுமான அளவு தாராளமாக இருப்பதும் அல்ல, அதனால் மற்றவர்களும் உங்கள் உதாரணத்திலிருந்து கற்றுக்கொள்ளலாம்!

யாராவது இறந்தால், நான் வருத்தப்படுகிறேன், அவர்களின் மரணத்தை நினைத்துப் பார்க்கிறேன். அவர்கள் மறுமையில் துன்பப்பட்டார்களா? அவர்கள் போய்விட்டதால் இப்போது அவர்களுக்கு அமைதியா? எனக்கும் இது என்ன அர்த்தம் - இறந்த பிறகு அவர்களின் வாழ்க்கை மீண்டும் வருமா அல்லது அது போன்ற ஏதாவது ஒன்று, நாம் அனைவரும் பேசிக் கொண்டிருப்பதால் எதுவும் மாறுமா என்று தெரியாமல் நம் வாழ்க்கையைத் தொடர்வோம் ... இறப்பதற்குப் பயப்ப டுகிறோம் அடுத்து வரக்கூடிய எந்தப் பதிலும் வராமல்; நம்பிக்கை கூட முடியவில்லை. வாழ்க்கையின் அபத்தம் மற்றும் நாம் எப்படி பிறந்தோம் என்று சிறிது நேரம் சிந்திக்க விரும்புகிறேன்.

இந்த யோசனையில் ஏதோ ஒன்று இருக்கிறது முதலாளித்துவவாதிகள் - இறக்கத் தகுந்த பணம் இருக்க வேண்டும்!

மேற்கத்திய சமூகம் வேலை செய்வதிலும் வெற்றியை அடைவதிலும் வெறித்தனமாக உள்ளது. நாம் நமக்காக நேரத்தை ஒதுக்குவதைப் புறக்கணிக்கிறோம், மரணத்தைப் பற்றி நாம் நினைப்பதை விட விரைவில் வரப்போவதைப் பற்றி சிந்திக்காமல் இருக்க வேண்டும், ஏனென்றால் நம் வாழ்வின் மகத்தான தன்மைக்கு மாறாக நமது வாழ்க்கை மிகவும் விரைவானது.

ஒவ்வொரு நாளும் அற்புதமான ஒன்றை எதிர்பார்த்து வாழ்வதை விட ஒவ்வொரு தருணத்தையும் நாம் அனைவரும் பாராட்டத் தொடங்க வேண்டும், ஆனால் அதை ஒருபோதும் கண்டுபிடிக்க முடியாது, அதே நேரத்தில் மகிழ்ச்சி அல்லது நிறைவை நோக்கிய எந்த உணர்வையும் மறுத்துவிட வேண்டும்! நாம் அனைவரும் நம் வாழ்க்கையை அர்த்தமுள்ளதாக வாழ விரும்புகிறோம், ஆனால் அது எப்போதும் சாத்திய-

மில்லை. ஒரு நாள் தாங்கள் இறக்கப் போகிறோம் என்று யாராவது நம்பினால், அவர்களின் முன்னுரிமை என்ன? சிலர் சுகமான வாழ்க்கைக்குத் தேவையான பொருள் மற்றும் வசதிகளை மட்டும் தேடுவதில்லை - செல்வம் அல்லது அதிகாரத்தை வழிபடுபவர்களிடமிருந்தும் அதிகமாகவும்; இவைகள் ஒவ்வொன்றும் என்றென்றும் நிலைத்திருக்க முடியாது, எனவே இந்த உலகில் எதையும் எப்பொழுது வேண்டுமானாலும் நிறுத்திவிடும் என்று நீங்கள் எதிர்பார்ப்பது போல் ஏன் செய்ய வேண்டும்!?

மரணம் வாழ்க்கையின் ஒரு பகுதி என்பதை நான் உணர்ந்தபோது, வயதாகிவிட்டாலும் உண்மையை மாற்ற முடியாது. இந்த உலகில் நம் மனதுடன் நன்றாக வாழ்வது என்றால் என்ன என்பது பற்றிய எனது பார்வையை மாற்றிவிட்டது- ஒவ்வொரு கணத்தையும் நாம் எப்படி பொக்கிஷமாக வைத்திருக்க வேண்டும், ஏனென்றால் அவர்கள் நாளை இல்லாமல் போகலாம்

பௌத்தத்தைப் படிப்பதன் மூலம், நமது வாழ்க்கை உண்மையில் எவ்வளவு குறுகியது என்பது பற்றிய விழிப்புணர்வு, எந்த ஒரு விஷயமும் என்றென்றும் மகிழ்ச்சியைத் தரும் என்பதற்கு எந்த உத்தரவாதமும் இல்லாதபோது, வாழ்க்கை அல்லது அன்பான கூட்டாளிகள் போன்றவற்றை நிறைவேற்றுவதற்கு மக்கள் ஏன் இவ்வளவு முயற்சி செய்கிறார்கள் என்பதை முன்பை விட ஆழமாக சிந்திக்க வைத்தது. இறுதியாக ஒரு பதில் கிடைத்தது: இது வெறும் காலணிகள் அல்ல; ஏமாற்றத்திற்கு எதிரான காப்பீட்டுக் கொள்கைகளும் கூட! தற்போதைய தருணத்தில் கவனம் செலுத்துவதன் மூலம், புத்திசாலித்தனமாக வாழவும், என் வாழ்க்கைக்கு அர்த்தம் கொடுக்கவும் முயற்சிக்கிறேன். நீங்கள் ஏற்கனவே முதலீடு செய்துள்ள ஒரு செயலைப் போன்று, நன்மை தரக்கூடிய, ஆனால் இன்னும் அவசியமில்லாத ஒரு விஷயத்திற்கு நேரம் அல்லது ஆற்றல் தேவை என்று வரும்போது, எதுவும் என்னைத் தடுக்காமல் இருக்க முயற்சி செய்கிறேன்! ஒரு முறை சரியென்று தோன்றுவதைச் செய்வதிலிருந்து என்னை எதுவும் தடுக்க முடியாது என்பது போல் தோன்றுகிறது - அது அபாயகரமானதாக இருந்தாலும் அல்லது சமூகத்தால் (அல்லது ஏதேனும் ஒரு நிறுவனத்தால்) ஆதரிக்கப்படாவிட்டாலும் கூட.

ஒவ்வொரு கணமும் எவ்வளவு மதிப்புமிக்கது என்பது குறித்த இந்த புதிய முன்னோக்கு மாற்றத்தை நாடும் அனைவராலும் மதிக்கப்பட வேண்டும், ஏனெனில் இந்த முடிவுகள் உங்களை மட்டும் பாதிக்காது; அவை உங்களுக்குப் பின் வரும் தலைமுறைகளையும் பாதிக்கும்.

இப்போது நான் அதைப் பற்றி யோசிக்கிறேன், குறிப்பாக ஒருவரின் மரணத்தை நான் அறியும்போது. ஒவ்வொரு நாளும், எனது பல ஆசீர்வாதங்களுக்காக, குறிப்பாக எனது நல்ல ஆரோக்கியத்திற்காக நான் கடவுளுக்கு நன்றி கூறுகிறேன். எனது படைப்பாற்றல், நல்ல ஆரோக்கியம், நட்பு, ஆன்மீகம் மற்றும் பலவற்றை வெளிப்படுத்தும் போது, நான் முக்கியமானவற்றிலும் கவனம் செலுத்துகிறேன். எந்த நேரமும் வீணடிக்காமல் இருக்க முயற்சிப்பேன்.

மரணத்திற்குப் பிந்தைய வாழ்க்கை இருக்கிறதா என்று எனக்குத் தெரியவில்லை. நான் நம்புகிறேன், ஆனால் எனக்கு உறுதியாக தெரியவில்லை. இந்த வாழ்க்கையில் நான் தீர்க்கக்கூடிய மிகவும் புதிரான கேள்விகளில் ஒன்று மரணத்திற்கு அப்பாற்பட்ட வாழ்க்கையைப் பற்றியது. மேலும், நான் இறக்கும் போது, இந்த கேள்விக்கு என்னால் பதிலளிக்க முடியாது, குறிப்பாக மரணம் சுயநினைவு, வெறுமை மற்றும் இருப்பை இழந்தால்.

2

நம்பிக்கையின் பின்னல்

நம் வாழ்வு மிகுந்த துயரங்களாலும் துயரங்களாலும் நிறைந்திருக்கிறது. சிலர் மற்றவர்களை விட மனித நிலையின் இந்த மோசமான அம்சங்களால் அதிகம் பாதிக்கப்படுகின்றனர். இருப்பினும், நம்பிக்கையுடன், பிரச்சனைகளை வெல்ல முடியும். ஒரு திட்டத்தில் நீங்கள் நீண்ட நேரம் பணியாற்றிய பிறகு, உங்கள் முதலாளி உங்களை தனது அலுவலகத்திற்கு அழைத்து வந்து வெள்ளிக்கிழமை மாலையில் உங்களை உட்கார வைக்கும் போது, எதிர்பாராத வேலை இழப்பு, துரதிர்ஷ்டத்தால் ஏற்படும் துன்பங்களையும் ஏமாற்றங்களையும் எதிர்கொள்ளும் வலிமையை ஹோப் எங்களுக்கு வழங்குகிறது. "நீங்கள் வெளியேற்றப்பட்டீர்கள்."

இது பெரும்பாலும் திருமணத்திற்கு எதிர்பாராத முடிவாக இருக்கலாம். நீங்கள் காதலிக்க விரும்பும்போது, உங்கள் மனைவி படுக்கையில் அழுகிறாள். "இனி உன்னுடன் என்னால் வாழ முடியாது," என்று அவள் முகத்தைத் திருப்பிக் கொண்டு கிசுகிசுத்தாள்.

ஒருவேளை எதிர்பாராத கார் விபத்து: அவசரமாக ஒரு நபர், தனது ஸ்மார்ட்போனில் குறுஞ்செய்தி அனுப்பினார், ஐந்து ஆண்டுகளாக நீங்கள் சேமித்து வைத்திருந்த உங்கள் புதிய நீல முஸ்டாங்கில் டெலிவரி டிரங்கை உடைத்து, இப்போது அதை ஸ்கிராப் யார்டுக்கு இழுத்துச் சென்றார்.

நம் வாழ்க்கைக் கதை எப்படி, எப்போது, எங்கு, ஏன் முடிவடையும் என்று நமக்குத் தெரியாத போதிலும், வாழ்க்கையின் தடைகள் இருந்த-போதிலும், நம்பிக்கை நம்மைத் தாங்கி, முன்னோக்கி அழுத்தி, இருளில் தள்ளத் தூண்டுகிறது.

நம்பிக்கை, உளவியலாளர்களின் கூற்றுப்படி, நம்பிக்கை, நோக்கம் மற்றும் பயணம் ஆகிய மூன்று கூறுகளைக் கொண்டுள்ளது. நம்பிக்-கையுடன் இருப்பவர் வெற்றி பெறுவார் என்று நம்புகிறார். இரண்டாவ-தாக, தனிநபருக்கு தெளிவான இலக்கு திசை அல்லது இலக்கு மனதில் உள்ளது. மூன்றாவதாக, அவர் விரும்பிய முடிவை அடையும் முறை அல்லது முறைகள் பற்றி தனிநபர் அறிந்திருக்கிறார். எனவே, நம்பிக்கை என்பது ஒரு மனப்பான்மை, விருப்பம் மற்றும் நீங்கள் கடந்து செல்வீர்-கள் என்று நம்புவதற்கான ஆசை. எதிர்பார்த்த முடிவை அடைவதற்-கான சாலைத் திட்டத்தையும் நம்பிக்கை உங்களுக்கு வழங்குகிறது.

"நம்பிக்கை இருட்டில் தொடங்குகிறது, பிடிவாதமான நம்பிக்கை, நீங்கள் சரியானதைச் செய்ய முயற்சித்தால் காலை வரும்."

"மீண்டும் முயற்சிக்கவும்," நம்பிக்கை எப்போதும் மனநிலைக்கு கூறு-கிறது.

நீங்கள் ஏர்லின் கர்மத்தால் இயக்கப்படும் உலகிற்கு கொண்டு செல்-லப்பட்டிருப்பதை ஒரு கணம் நினைத்துப் பாருங்கள். மிக முக்கியமாக, நீங்கள் உதவியற்றவராகவும் மனச்சோர்வுடனும் உணருவீர்கள். உங்கள் மனம் விரக்தியில் இறங்குகிறது, நீங்கள் தற்கொலை செய்து கொள்-கிறீர்கள். ஒரு காதல் விவகாரம் முடிவடையும் போது, எதிர்காலத்தில் உங்களுக்காக யாரும் இருக்க மாட்டார்கள் என்று நீங்கள் நம்புகிறீர்கள். நீங்கள் உங்கள் வேலையை இழந்தால், நீங்கள் வேறொருவரைக் கண்-டுபிடிக்க முடியாது என்று நீங்கள் பயப்படலாம். நீங்கள் நோய்வாய்ப்-பட்டிருக்கும் போது, நீங்கள் ஒருபோதும் குணமடைய மாட்டீர்கள் என்று நீங்கள் நம்பலாம். உங்களுக்கு ஒரு கொடிய நோய் இருந்தால், நீங்-கள் இறக்கும் போது, எதுவும் இல்லை, இருப்பு இருக்காது என்று உங்-களை நீங்களே சமாதானப்படுத்திக் கொள்கிறீர்கள். நீங்கள் இருத்தலியல் கவலையை அனுபவிக்கிறீர்கள்.

நம்பிக்கையின் நன்மைகள் என்ன? நம்பிக்கையே எல்லாவிதமான துன்பங்களுக்கும் துக்கங்களுக்கும் மருந்தாகும். ஒரு வயதான பெற்றோர் மருத்துவமனை படுக்கையில் இறப்பது போன்ற அதிர்ச்சிகரமான சூழ்நி-

லைகளை சமாளிக்க நம்பிக்கை நமக்கு உதவுகிறது. கடினமான சூழ்நிலைகள் அல்லது சோகமான அனுபவங்களால் நம் வாழ்வு நிரம்பியிருக்கும்போது, அதைத் தாங்கிக்கொள்ள நம்பிக்கை நம்மை ஊக்குவிக்கிறது. தொலைக்காட்சி, ஐபேட், புதிய ஜோடி நீல ஜீன்ஸ், உணவுடன் கூடிய குளிர்சாதனப்பெட்டி என வாழ்க்கையின் சில வசதிகளை நிரப்புவதற்கு கட்டணம் செலுத்துவதற்கும் பணம் வாங்குவதற்கும் ஒரு புதிய வேலை என்ற கருத்து வேலையில்லாதவர்களை வேலை தேடத் தூண்டியது.

நம்பிக்கை ஒரு நோய்வாய்ப்பட்ட நபரின் மீட்புக்கு உதவுகிறது மற்றும் குணமடைய தங்களால் முடிந்த அனைத்தையும் செய்ய அவர்களை ஊக்குவிக்கிறது. "நீங்கள் குணமடைவீர்கள்," அது அவர்களுக்கு உறுதியளிக்கிறது.

நம்பிக்கை இறப்பவர்களை ஆறுதல்படுத்துகிறது மற்றும் தெரியாதவர்களை எதிர்கொள்ள அவர்களுக்கு வலிமை அளிக்கிறது. அது முணுமுணுக்கிறது, "மரணத்திற்குப் பிறகு வாழ்க்கை இருக்கிறது." நேசிப்பவரின் இழப்பால் துக்கத்தில் இருக்கும் நபர்களுக்கு இது ஆறுதல் அளிக்கிறது மற்றும் துக்கத்தின் ஐந்து நிலைகளில் முன்னேற அனுமதிக்கிறது, இறுதியில் ஏற்றுக்கொள்கிறது, ஆனால் ஒருபோதும் மறக்காது.

நம்பிக்கை என்பது நம்பிக்கையால் பரிசாக வழங்கப்படுகிறது. இது ஒரு நபரை நம்புவதற்கான விருப்பத்தைத் தூண்டுகிறது, அவர்களை வேதங்களைப் படிக்கவும், பிரார்த்தனை மற்றும் தியானத்தில் பங்கேற்கவும், வாழ்க்கையின் மர்மங்களைப் பற்றி சிந்திக்கவும், பதில்களைத் தேடவும் தூண்டுகிறது. தார்மீக வாழ்க்கையை வாழ, பச்சாதாபமாகவும் அன்பாகவும் இருக்க நம்பிக்கை நம்மை ஊக்குவிக்கிறது.

நம்பிக்கை என்பது ஒரு ஆன்மீக பயிற்சியாகும், இது ஒரு "ஆன்மீக" உணர்வை நமக்கு வழங்குகிறது, இது நம்மை பிரமிப்பு, ஆச்சரியம் மற்றும் மகிழ்ச்சியை உணர அனுமதிக்கிறது. நாம் இயற்கையைக் கடந்து, அதன் அழகைக் கவனிக்கலாம், நிம்மதியாக வாழலாம், பிறரை மதிக்கலாம், புத்திசாலித்தனமாக வாழலாம், நம்பிக்கை இருந்தால் தெரியாத, திறமையற்றவர்களை நம்பலாம். கடினமான காலங்களில், நம்பிக்கை என்பது நம்பிக்கையின் ஒரு முக்கிய அங்கமாகும், இது "சிறந்த வாய்ப்புகளில் வாழ" நமக்குக் கற்பிக்கிறது. உதவியற்ற தன்மை, இருத்தலியல் மற்றும் நீலிசம் ஆகியவற்றிற்கான ஆன்மீக உதவியாக, நம்பிக்கை ஒரு மருந்து.

மகிழ்ச்சியின் அறிவியலை ஆராய்ந்த நேர்மறை உளவியலாளர்கள் நம்பிக்கை என்பது நமது நல்வாழ்வை மேம்படுத்தும் கையெழுத்து வலிமை, மன அமைதி, திருப்தி மற்றும் வாழ்க்கை திருப்தி என்று நம்புகிறார்கள்.

வாழ்க்கை, சிலருக்கு நம்பிக்கையின் கல்லறை. மற்றவர்கள், ஒரு நபரை விரும்பிய குறிக்கோளை அடைவதற்கும், துன்பங்களைச் சமாளிப்பதற்கும், தொடர்ந்து முயற்சி செய்வதற்கும், வெற்றியின் மிதமான முரண்பாடுகளை எதிர்கொள்வதற்கும் ஊக்கமளிக்கும் வாய்ப்புகள் என வரையறுக்கின்றனர். நம்பிக்கை உள்ளவர்களுக்கு பொதுவானது என்ன?

தொடங்குவதற்கு, ஒரு நம்பிக்கையான நபர் வாழ்க்கை செயல்படும், பிரச்சனையைத் தீர்ப்பார், நோயை வெல்வார்கள் அல்லது மனச்சோர்வு அல்லது துக்கத்திலிருந்து மீள்வார்கள் என்று உணர்கிறார். இந்த நம்பிக்கையான மனநிலை எப்படி உருவானது? தொடங்குவதற்கு, ஒரு நம்பிக்கையான நபர் நேர்மறையான "சுய பேச்சு" யில் ஈடுபடுகிறார். எதிர்மறை எண்ணங்கள் ஒருவரது மனதில் நுழையும் போது மன அழுத்த சூழ்நிலை அல்லது துன்பத்தை எதிர்கொள்ளும்போது, நம்பிக்கையுள்ள நபர் தங்களைத் தாங்களே சொல்லிக் கொள்வார், "அது வேலை செய்கிறது. வெற்றி மற்றும் வெற்றிக்கான ஒரு முறையை நான் கண்டுபிடிப்பேன்.

இரண்டாவதாக, துன்பங்களை எதிர்கொண்டாலும், நம்பிக்கையுள்ள தனிநபர் ஒரு நேர்மறையான விளைவைக் கற்பனை செய்கிறார். உதாரணமாக, ஒரு நபர் நோய்வாய்ப்பட்டால், அவர் மீண்டும் பாதுகாப்பாக இருப்பதாக நம்புகிறார். வேலை செய்யாத போது, ஊழியர் மீண்டும் நிறுவனத்தால் பணியமர்த்தப்படுவார் என எதிர்பார்க்கப்படுகிறது. ஒரு நபர் தனியாக இருக்கும்போது, அவர் ஒரு ஆத்ம துணையை கண்டுபிடிப்பது பற்றி கற்பனை செய்கிறார்.

மூன்றாவதாக, ஒரு நபர் ஆபத்தான நிலையில் இருக்கும்போது, இறக்கும் நபர் பயங்கரமான நிலையின் நேர்மறையான பகுதிகளில் கவனம் செலுத்துகிறார். ஒரு நபர் தனது விதியை ஏற்றுக்கொள்கிறார், ஆனால் அவரது வாழ்க்கையின் நேர்மறையான அம்சங்களில் கவனம் செலுத்துகிறார். உதாரணமாக, ஒரு இறக்கும் நபர், நிகழ்காலத்தில் வாழ்வதற்கும், அவர்களின் விவகாரங்களை ஒழுங்குபடுத்துவதற்கும், அன்புக்குரியவர்களுடன் நேரத்தை செலவிடுவதற்கும், இலக்குகளை அடை-

வதற்கும் முன்னுரிமை அளிக்கலாம்.

நான்காவதாக, ஒரு நம்பிக்கையான நபர் நிகழ்காலத்தில் வாழ்கிறார். எதிர்காலத்தைப் பற்றி கவலைப்படுவதற்குப் பதிலாக, நாளையை யதார்த்தமாக்குவதற்கு இன்று என்ன செய்ய முடியும் என்பதில் தனிநபர் கவனம் செலுத்துகிறார். உதாரணமாக, வெள்ளிக்கிழமையன்று வீட்டில் தனிமையில் அமர்ந்திருக்கும் ஒருவர், ஆன்லைன் டேட்டிங் சேவையில் சிங்கிள்ஸ் நடனம் அல்லது தனிமையில் இருக்கும் மற்றவர்களுடன் அரட்டை அடிப்பதன் மூலம் அவர்களின் தனிமை மற்றும் எரிச்சலை எதிர்த்துப் போராடலாம்.

இறுதியாக, நம்பிக்கையுள்ள மக்கள் ஒரு குறிப்பிட்ட நம்பிக்கையின் உணர்வைக் கொண்டுள்ளனர். ஆன்மீக நபர் எந்த மதத்துடனும் இணைக்கப்படாத ஒரு அஞ்ஞானவாதியாக இருக்கலாம், ஆனால் கடவுள் மற்றும் பிற்பட்ட வாழ்க்கையை நம்புகிறார். ஆன்மீக நபர் ஞானிகளின் அனைத்து ஆன்மீக அறிவிலிருந்தும் பயனடைய முடியும். ஆன்மீக நபர் புத்த மதத்தின் தத்துவத்தை நம்பலாம், இதில் மறுபிறவி பற்றிய கருத்து உள்ளது. விசுவாசமுள்ள ஒரு நபர், மறுபுறம், தேவாலயத்திற்குச் சென்று, பைபிளைப் படித்து, நம்பிக்கைக்காக ஜெபிக்கும் ஒரு கிறிஸ்தவர். இந்த மக்கள் ஒவ்வொருவரும் தன்னம்பிக்கை கொண்டவர்கள், இது உறுதியளிக்கிறது. அவர்களின் கேள்விகளுக்குப் பதிலளிக்கும் மற்றும் அவர்களின் சந்தேகங்களைப் போக்கி, அவர்களின் வாழ்க்கை இருட்டாக இருக்கும்போது ஒளியை நம்புவதற்கு அவர்களைத் தூண்டும் நம்பிக்கை இது.

நம்பிக்கை என்பது ஒரு விருப்பமான கருத்து அல்லது மந்திர சிந்தனை அல்ல. நம்பிக்கை என்பது ஒரு உணர்ச்சி, ஒரு மனநிலை, நம்பிக்கை மற்றும் உத்வேகம், தோல்விகள் மற்றும் தடைகள், சவால்கள் மற்றும் பேரழிவுகள் மற்றும் உங்கள் வாழ்க்கைக் கதையில் அறியப்படாத இறுதி அத்தியாயம் இருந்தபோதிலும், நீங்கள் இறக்கும் போது உங்கள் வாழ்க்கை செயல்படும் என்று நீங்கள் நம்புகிறீர்கள். மூச்சு, இதைத் தாண்டி இன்னொரு பிரபஞ்சம் இருக்கிறது.

உங்களுக்கு போதுமான நம்பிக்கை இருந்தால், நீங்கள் அசாதாரண சாதனைகளை செய்யலாம். முன்னாள் அமெரிக்க நடிகர் கிறிஸ்டோபர் ரீவ்ஸ், குதிரையில் இருந்து தூக்கி எறியப்பட்டதால் முடங்கி, நாற்புறமும், சக்கர நாற்காலியில் அடைத்து வைக்கப்பட்டு, வென்டிலேட்டர்

மூலம் சுவாசிக்கும்போது பல ஆண்டுகள் உயிர்வாழ வேண்டியிருந்தது. சாத்தியம்."

3

நம்பிக்கை

"மகிழ்ச்சி என்பது வாழ்க்கையின் அர்த்தம் மற்றும் நோக்கம், முழு நோக்கம் மற்றும் மனித இருப்பின் முடிவு." - அரிஸ்டாட்டில்

பல முக்கிய தத்துவவாதிகள் "மக்கள் மகிழ்ச்சியாக இருப்பதற்கு என்ன காரணம்?" என்ற கேள்விக்கு தீர்வு காண முயற்சித்துள்ளனர். கிறிஸ்தவம் போன்ற உலக மதங்கள், நம்பிக்கை, கடவுள் நம்பிக்கை, வேதாகமத்தை வாசிப்பது, தார்மீக நெறிமுறைகளைக் கடைப்பிடிப்பது மற்றும் மதக் கோட்பாட்டைத் திணிப்பதன் மூலம் மகிழ்ச்சியான, திருப்தியான வாழ்க்கையை எவ்வாறு வாழ்வது என்பதை விளக்க முயற்சித்துள்ளன.

பௌத்தத்தின் சித்தாந்தம் அதன் ஆதரவாளர்களுக்கு எவ்வாறு அமைதியான மற்றும் மகிழ்ச்சியான வாழ்க்கையை வாழ்வது என்பதைக் கற்பிக்கிறது, இது இறுதியில் "முக்திக்கு" வழிவகுக்கும். தலி லாமாவின் சிறந்த விற்பனையான புத்தகமான தி ஆர்ட் ஆஃப் ஹேப்பினஸ், நீங்கள் வாழ்க்கையில் செல்லும் போது மகிழ்ச்சியை எவ்வாறு கண்டறிவது என்று விவாதிக்கிறது. இது அனைத்தும் புத்த மத மாற்றத்துடன் தொடங்குகிறது.

மகிழ்ச்சியின் அறிவியலில் கவனம் செலுத்தும் நேர்மறை உளவியல், சமீபத்திய ஆண்டுகளில் உளவியலில் ஆராய்ச்சியின் புதிய தலைப்பாக வெளிப்பட்டுள்ளது. இந்தத் துறையில் குறிப்பிடத்தக்க ஆய்வுகள் மேற்கொள்ளப்பட்டு, அதன் விளைவாக பல சிறந்த புத்தகங்கள் உருவாக்கப்பட்டுள்ளன. நன்கு அறியப்பட்ட உளவியலாளரான மார்ட்டின் செலிக்-

மேன், "உண்மையான மகிழ்ச்சி" மற்றும் "கற்றல் நம்பிக்கை" ஆகிய இரண்டு நன்கு அறியப்பட்ட புத்தகங்களை எழுதியுள்ளார், இது வாழ்க்கையில் நமது மகிழ்ச்சியின் அளவை எவ்வாறு உயர்த்தலாம் என்பதைக் காட்டுகிறது.

அப்படியானால், நாம் மகிழ்ச்சியாக இருக்க என்ன செய்யலாம்? நாம் ஏற்கனவே மகிழ்ச்சியாக இருந்தால் நம்மை எப்படி சந்தோஷப்படுத்துவது? இந்த அத்தியாயத்தில், மகிழ்ச்சி என்றால் என்ன என்பதை விளக்குகிறேன். என்ன காரணிகள் நமது மகிழ்ச்சியின் அளவை பாதிக்கின்றன என்பதையும் நான் விவாதிப்பேன். செலிக்மேன் அறிவுரை கூறுவது போல், மகிழ்ச்சிக்கான மூன்று பாதைகளையும் விவரிக்கிறேன். உங்கள் வாழ்க்கையில் உங்கள் மகிழ்ச்சியை அதிகரிக்க நீங்கள் செய்யக்கூடிய எட்டு விஷயங்களை நான் கோடிட்டுக் காட்டுகிறேன்.

உண்மையில் மகிழ்ச்சி என்றால் என்ன? மகிழ்ச்சியை வரையறுக்க வெவ்வேறு நபர்களிடம் நீங்கள் கேட்கும்போது, பலவிதமான பதில்களைப் பெறுவீர்கள். தங்களுக்கு எது மகிழ்ச்சியைத் தருகிறது என்று பெரும்பாலானவர்களுக்குத் தெரியாது. தானியங்கி விமானி இயக்கப்பட்ட நிலையில், அவை தானாக இயங்கும் நிலையில் உள்ளன. அவர்களுக்கு எது மகிழ்ச்சி அளிக்கிறது என்று அவர்கள் ஒருபோதும் கருதுவதில்லை. அவர்கள் தங்கள் வாழ்க்கையின் அர்த்தத்தையும் நோக்கத்தையும் ஒருபோதும் சிந்திப்பதில்லை. அவர்கள் வாழ்க்கையின் இன்பங்களை அனுபவிப்பதில்லை, சமூக ரீதியாக இணைக்கப்படவில்லை, அவர்களின் வாழ்க்கைக்கு ஆழ்ந்த முக்கியத்துவம் இல்லை.

பல நேர்மறை உளவியலாளர்களால் மகிழ்ச்சியானது "அகநிலை-நல்வாழ்வு" என வகைப்படுத்தப்பட்டுள்ளது. தனிநபர்கள் மகிழ்ச்சியை ஒரு அகநிலை நிலை என்று வரையறுக்கின்றனர். இது தனிப்பட்ட விருப்பம். பாசம், மகிழ்ச்சி மற்றும் நன்றியுணர்வு போன்ற நாம் மகிழ்ச்சியாக இருக்கும்போது நாம் அனுபவிக்கும் இனிமையான மற்றும் நல்ல உணர்ச்சிகள் அனைத்தையும் உள்ளடக்கியது. பல நேர்மறை உளவியலாளர்களின் கூற்றுப்படி, உண்மையான மகிழ்ச்சி என்பது ஒரு நல்ல உணர்ச்சி நிலையை விட அதிகம். அகநிலை நல்வாழ்வு ஒரு அறிவாற்றல் அல்லது மன கூறுகளையும் கொண்டுள்ளது. ஒரு மகிழ்ச்சியான தனிமனிதன் அவனுடைய இருப்புடன் உள்ள உள்ளடக்கம். ஒரு மகிழ்ச்சியான நபர் அர்த்தமும் நோக்கமும் கொண்ட வாழ்க்கையை வாழ்கிறார். திருப்திய-

டையும் நபர், தான் சரியான வழியில் வாழ்கிறார் என்று நம்புகிறார். இது "வாழ்க்கை திருப்தி" என்று குறிப்பிடப்படுகிறது.

எனவே, உண்மையான மகிழ்ச்சி என்பது ஒரு அகநிலை நிலை, இதில் ஒரு நபர் மனநிறைவு அல்லது நன்றியுணர்வு போன்ற நேர்மறை உணர்ச்சிகளை அனுபவிக்கிறார், அத்துடன் அவர் ஒரு அர்த்தமுள்ள மற்றும் நோக்கமுள்ள இருப்பு வாழ்கிறார் என்று நபர் நம்பும் ஒரு அறிவாற்றல் நிலை.

காதலில் விழுவது, பதவி உயர்வு அல்லது வேலையில் உயர்வு பெறுவது, உற்சாகமான கிரிக்கெட் போட்டியைப் பார்ப்பது, கடற்கரையில் நடப்பது அல்லது லாட்டரியை வெல்வது போன்ற பல்வேறு சூழ்நிலைகள் மற்றும் நிகழ்வுகளால் நாங்கள் மகிழ்ச்சியடைகிறோம்.

ஒரு நபரின் நல்வாழ்வு அவரது வெளிப்புற சூழலால் ஓரளவு பாதிக்கப்படுகிறது. பாலத்தின் கீழ் வாழும் ஆதரவற்ற மக்களை விட, வேலை செய்பவர்கள் மற்றும் சில நிதிப் பொருட்களை வைத்திருப்பவர்கள் மகிழ்ச்சியாக இருக்கிறார்கள். புற்றுநோய் அல்லது பிற நோய்களால் பாதிக்கப்பட்டவர்களை விட ஆரோக்கியமாக இருப்பவர்கள் மகிழ்ச்சியாக இருக்கிறார்கள். இருப்பினும், ஒரு நபரின் நல்வாழ்வு அவரது வாழ்க்கைச் சூழ்நிலைகளைப் பற்றி அவர் எப்படி நினைக்கிறார் மற்றும் உணருகிறார் என்பதாலும் பாதிக்கப்படுகிறது. உதாரணமாக, சிலர் வறுமையில் இன்பமாக வாழ்கிறார்கள். பயங்கரமான நோய்கள் அல்லது கோளாறுகளால் பாதிக்கப்பட்ட ஆரோக்கியமான நபர்களை விட சிலர் மகிழ்ச்சியாக இருக்கிறார்கள். ஏன் இந்த நிலை? நமது மகிழ்ச்சியின் அளவை என்ன காரணிகள் பாதிக்கின்றன? நேர்மறை உளவியலாளர்கள் மனித மகிழ்ச்சிக்கு என்ன கூறுகள் பங்களிக்கின்றன என்பதை ஆய்வு செய்கின்றனர். "ஹேப்பினஸ் செட் பாயிண்ட்" என்ற கருத்து அவர்களால் உருவாக்கப்பட்டது. ஒரு நபரின் மகிழ்ச்சியில் மூன்று மாறிகள் செல்வாக்கு செலுத்துவதாக அது கூறுகிறது: நமது மகிழ்ச்சியின் 50% மரபணு ரீதியாக தீர்மானிக்கப்படுகிறது; 10% சமூக மற்றும் பொருளாதார சூழ்நிலைகளுடன் இணைந்திருப்பது போன்ற உணர்வு போன்ற சமூக காரணிகளால் பாதிக்கப்படுகிறது, மேலும் 40% நம்மைப் பற்றியும் நம் வாழ்க்கையைப் பற்றியும் நாம் எப்படி நினைக்கிறோம் மற்றும் உணர்கிறோம் என்பதைப் பொறுத்து தீர்மானிக்கப்படுகிறது.

கோட்பாட்டின் படி, மரபணு ரீதியாக முன்னரே தீர்மானிக்கப்பட்ட பேரின்பத்தின் முன்னரே தீர்மானிக்கப்பட்ட அளவுக்கு நாம் இழுக்கப்படுகிறோம். இதன் விளைவாக, பல்வேறு காரணங்களுக்காக, சிலர் மற்றவர்களை விட மகிழ்ச்சியாக இருக்க தயாராக உள்ளனர். ஒருவேளை அந்த நபர் வெளிச்செல்லும் பழக்கத்தில் பிறந்திருக்கலாம் அல்லது அதிக உற்சாகமான கண்ணோட்டத்தைக் கொண்டிருக்கலாம். கிட்டார் வாசிக்கவும், பாடவும், எழுதவும், ஆக்கப்பூர்வமாக சிந்திக்கவும் கற்றுக்கொள்வதற்கான கலைத்திறன் கொண்ட நபர் ஒருவேளை பரிசாக இருக்கலாம்.

இருப்பினும், மகிழ்ச்சி செட்-பாயிண்ட் தியரி, நாம் மகிழ்ச்சியாக இருக்க முடிவெடுக்கும்போது, நமது மகிழ்ச்சியின் அளவை மாற்றியமைக்கலாம், மேம்படுத்தலாம், மேம்படுத்தலாம், மகிழ்ச்சியாக இருக்க நம் வாழ்க்கையை சரிசெய்து, மகிழ்ச்சியின் அளவை உயர்த்துவதற்கான பொறுப்பை எடுத்துக்கொள்ளலாம். நமது அன்றாட வாழ்வில்.

மகிழ்ச்சிக்கான மூன்று அணுகுமுறைகள், நன்கு அறியப்பட்ட உளவியலாளர் மார்ட்டின் செலிக்மேன், தனது "உண்மையான மகிழ்ச்சி" புத்தகத்தில் மகிழ்ச்சிக்கான மூன்று பாதைகளை வரையறுத்துள்ளார்: மகிழ்ச்சியான வாழ்க்கை, ஈடுபாடுள்ள வாழ்க்கை மற்றும் அர்த்தமுள்ள வாழ்க்கை. மகிழ்ச்சியான மக்கள் மகிழ்ச்சி, ஈடுபாடு மற்றும் அர்த்தம் நிறைந்த வாழ்க்கையைக் கொண்டுள்ளனர் என்று அவர் வாதிடுகிறார்.

புதிய வாகனம் அல்லது பெரிய வீடு வாங்குதல், புதிய ஆடை வாங்குதல் அல்லது மசாஜ் செய்தல், கோடை விடுமுறைக்கு குடிசைக்குச் செல்வது அல்லது தொலைதூர நாட்டிற்குச் செல்வது போன்ற வாழ்க்கையின் இன்பங்கள் மூலம் நாம் மகிழ்ச்சியைக் காணலாம் என்பதில் சந்தேகமில்லை. ஒரு இன்பமான வாழ்க்கை வாழ்பவர், உணவு, செக்ஸ், ராக் இசை, போதைப்பொருள், மது, ரோலர் கோஸ்டர் சவாரிகள் மற்றும் சூடான குளியல் போன்ற உணர்ச்சிகரமான இன்பங்களை விரும்புகிறார். மகிழ்ச்சிக்கான பாதையாக இன்பம் என்பது ஒரு ஹெடோனிஸ்ட்டுடன் அடிக்கடி இணைக்கப்பட்டுள்ளது, அவர் "வலியைத் தவிர்த்து மகிழ்ச்சியைத் தேடுதல்" என்ற குறிக்கோளுடன் வாழ்கிறார். இந்த வகை நபர்கள், தங்கள் செயல்பாடுகளின் நீண்டகால மாற்றங்களைப் புறக்கணித்து, பெரும்பாலும் முட்டாள்தனமாக, தற்போதைய தருணத்தை அனுபவிப்பதில் ஆர்வமாக உள்ளனர். இந்த வகை தனிந-

பர்கள் அடிக்கடி ஹெடோனிக் டிரெட்மில்லில் சிக்கிக் கொள்கிறார்கள்.

மக்கள் விரைவான மனநிறைவு மற்றும் மகிழ்ச்சியின் மூலம் மகிழ்ச்சியைத் தேடும்போது, அவர்கள் அடிக்கடி டிரெட்மில்லில் எலிகளைப் போல மாறுகிறார்கள், எப்போதும் உற்சாகமான உறவைப் பின்பற்றுகிறார்கள், வேலையில் அதிக ஊதியம், ஒரு கவர்ச்சியான இடத்திற்கு பறப்பது, பெரிய கார் வாங்குவது அல்லது அவர்களின் ஓய்வு நேரத்தின் தீவிர சுகமே. . இது மரிஜுவானா புகைப்பதைப் போன்றது. புதுமை மற்றும் சிலிர்ப்பைத் தேடும் வகையில் அவை தொடர்ந்து வளர்ந்து வருகின்றன. ஒரு காலத்திற்கு, இந்த நபர்கள் புதிய நபரின் விளைவாக புதிய உள்ளடக்கம், புதிய செயல்பாடுகள் அல்லது புதிய இன்பங்களுக்கு வெளிப்படும். இருப்பினும், மகிழ்ச்சி என்பது விரைவானது. மகிழ்ச்சியின் உணர்வைப் போலவே இந்த "உணர்ச்சி உயர்வும்" காலப்போக்கில் சிதறுகிறது. எனவே, நீங்கள் ஹேடோனிக் இன்பத்தின் மூலம் மகிழ்ச்சியாக இருக்க விரும்பினால், நீங்கள் ஹெடோனிக் டிரெட்மில்லில் ஒரு புதிய வகை இன்பத்தைத் தேடிப் பின் தொடர வேண்டும். இந்த வகையான தனிநபர்கள் ஒருபோதும் திருப்தியாகவோ, மகிழ்ச்சியாகவோ அல்லது திருப்தியாகவோ இருக்க மாட்டார்கள்.

ஹெடோனிக் இன்பம், செலிக்மேனின் கூற்றுப்படி, இடைக்காலமானது. அது என்றும் நிலைக்காது. இதன் விளைவாக, தனிநபர் மகிழ்ச்சியைப் பாதுகாக்க உத்திகளைக் கண்டுபிடிக்க வேண்டும். சூழ்நிலையைப் பயன்படுத்திக் கொள்ளுங்கள். உங்கள் மகிழ்ச்சியைக் காட்டுங்கள். சந்தர்ப்பத்தை நினைவில் கொள்க. உங்கள் மகிழ்ச்சியை மற்றவர்களுடன் பகிர்ந்து கொள்ளுங்கள். கவனம் செலுத்தி உங்கள் புரிதலை வளர்த்துக் கொள்ளுங்கள். அதை ஒரு மனப் படத்தை உருவாக்குங்கள்.

உங்கள் சந்திப்பின் சூழலை மனதில் கொள்ளுங்கள். தற்போதைய தருணத்தில் உங்கள் கவனத்தை வைத்திருங்கள். இங்கே மற்றும் இப்போது கவனம் செலுத்துங்கள். தியானம் உங்களுக்கு அதிக விழிப்புணர்வை ஏற்படுத்த உதவும்.

உங்கள் மகிழ்ச்சியைத் தூய்மைப்படுத்துங்கள். இது மகிழ்ச்சியின் மீதான பழக்கத்தின் எதிர்மறையான விளைவுகளை எதிர்க்கிறது. இதை வேறு விதமாகச் சொல்வதானால், தினசரி அடிப்படையில் மகிழ்ச்சிக்காக பாடுபடுங்கள். ஒவ்வொரு வாரமும், புத்தகம் படிப்பது, நடப்பது அல்லது உடலுறவு கொள்வது போன்ற சுவாரஸ்யமான வேலைகளைக் கண்டறி-

யலாம்.

செலிக்மேன், ஒரு உளவியலாளர், மகிழ்ச்சியின் இரண்டாம் நிலை வரையறுத்தார். அவர் அதை "நிச்சயதார்த்த வாழ்க்கை" என்று குறிப்பிட்டார். ஒரு நபர் இந்த பாதையில் செல்லும்போது, அவர் கடினமானவராகவும், வாழ்க்கையின் பல அம்சங்களில் ஈடுபடுவதாகவும் கூறப்படுகிறது. வேலை புரியும். ஒரு நபர், நெருங்கிய நண்பர்களின் குழுவைப் போலவே, நிறைய சமூக ஆதரவைக் கொண்டிருக்கிறார். ஒரு நபர் குறிப்பிடத்தக்க மற்றவருடன் காதல் உறவைக் கொண்டுள்ளார். ஒரு நபர் மற்றும் ஒரு குறிப்பிட்ட நம்பிக்கை, மதம், கடவுள் நம்பிக்கை அல்லது உச்ச சக்தி ஆகியவற்றுக்கு இடையே ஒரு ஆன்மீக தொடர்பு உள்ளது.

தனிமனிதன் ஓய்வு நேர நடவடிக்கைகளில் மூழ்கி இருப்பான், இதன் விளைவாக ஓட்டம் ஒரு நிலை, நேரம் இல்லாத ஒரு உணர்வு, அதில் நபர் ஓய்வு நேர செயல்களில் ஈடுபடுகிறார், நேரத்தைப் பற்றிய அனைத்து உணர்வையும் இழக்கிறார். படித்தல், எழுதுதல், புதிரான உரையாடலில் பங்கேற்பது, புகைப்படம் எடுப்பது, இசைக்கருவியை வாசிக்கக் கற்றுக்கொள்வது அல்லது டென்னிஸ் அல்லது கிரிக்கெட் போன்ற விளையாட்டில் விளையாடுவது போன்றவை "ஓட்டம்" அனுபவத்தை விளைவிக்கும் ஓய்வு நேர நடவடிக்கைகளின் எடுத்துக்காட்டுகள்.

ஒரு நபர் மகிழ்ச்சிக்கான இந்த வழியைத் தொடரும்போது, அவர் அல்லது அவள் தன்னைத் தாண்டிச் செல்ல முடியும். மற்றவர்களின் நலனையும், தன்னைச் சுற்றியுள்ள உலகத்தையும் கவனித்துக் கொள்ளும் அதே வேளையில், தன்னைக் கவனித்துக் கொள்ளும் திறன் தனிநபருக்கு உள்ளது. ஒரு நபர் அனுதாபமும் அக்கறையும் கொண்டவர். தனிநபர் அடிக்கடி நன்மையை அல்லது உயர்ந்த நன்மையை விரும்புகிறார். தனிநபர்கள் தங்கள் சமூகம், சமூகம் அல்லது உலகில் உள்ள சமூக பிரச்சனைகளை சமாளிக்க முயற்சி செய்கிறார்கள். தனிநபர் தனது தனிப்பட்ட கோரிக்கைகள் மற்றும் அழுத்தங்களை விட பெரிய காரணத்திற்காக அர்ப்பணிக்கப்பட்டவர்.

ஒருவர் எப்படி அர்த்தமுள்ள வாழ்க்கையைக் கண்டுபிடிப்பார்? நபர் தன்னார்வ பணி, கற்பித்தல் மற்றும் ஆலோசனை வழங்குவதில் அடிக்கடி ஈடுபடுகிறார். தனிநபர் அடிக்கடி தன்னார்வத் தொண்டராக இருப்பார், குறைந்த அதிர்ஷ்டசாலிகள், அடிப்படை உணவு, தங்குமிடம் மற்-

றும் உடைகள் தேவைப்படுபவர்களுக்கு உதவுகிறார்.

செலிக்மேனின் கூற்றுப்படி, மகிழ்ச்சியான, ஈடுபாட்டுடன் மற்றும் அர்த்தமுள்ள இருப்பைக் கொண்டவர்கள் மகிழ்ச்சியான மக்கள்.

சில நேரங்களில் நான் ஒரு நீலிச, இருத்தலியல் சூழ்நிலையில் வாழவில்லை, வாழ்க்கைக்கு வெளிப்புற முக்கியத்துவம், மகிழ்ச்சி, எதிர்கால நம்பிக்கை, நோக்கம் அல்லது அர்த்தம் இல்லை என்ற வலுவான உணர்வு எனக்கு இருக்கிறது. எனது சொந்தத் தேவைகள் மற்றும் ஆசைகள், அத்துடன் அந்நியர், நண்பர் அல்லது குடும்ப உறுப்பினரின் தேவைகள் அல்லது பிரச்சினைகள் குறித்த எனது தனிப்பட்ட கவலைகளை நான் முறியடித்தபோது இந்த ஆழமான அர்த்தம் எனக்கு தெளிவாகத் தெரிந்தது. ஒரு சமூகத்தின் உறுப்பினர். நான் மற்றவர்களுக்கு உதவும்போது, நான் ஏதாவது நல்லொழுக்கத்தைச் செய்வது போல் அதிக அர்த்தத்தையும் நோக்கத்தையும் அனுபவிப்பதை நான் கண்டுபிடித்தேன். மற்றவர்களின் பிரச்சினைகள் மற்றும் கவலைகளில் நான் அனுதாபமாகவும் அனுதாபமாகவும் இருக்கும்போது, நான் மிகவும் மகிழ்ச்சியாகவும், என் வாழ்க்கையில் மிகவும் மதிப்புமிக்க மற்றும் நோக்கமுள்ள ஒன்றைச் செய்வது போலவும் உணர்கிறேன்.

நீங்கள் ஒரு வேலை, ஒரு சம்பளம், அல்லது மற்ற விஷயங்களுக்கிடையில் நன்றாக மற்றும் நோயின்றி இருப்பதில் மகிழ்ச்சியாக இருக்கலாம்.

அந்நியரைப் பார்த்து சிரிப்பது, கதவைத் திறந்து வைப்பது, உங்கள் பாக்கெட் மணியில் சிலவற்றை தெருவில் உள்ள வீடற்றவருக்குக் கொடுப்பது போன்ற சீரற்ற கருணைச் செயல்களைப் பயிற்சி செய்ய வேண்டும்.

வாழ்க்கையின் நிலையற்ற இன்பங்களையும் இன்பங்களையும் அனுபவியுங்கள். வேறு வார்த்தைகளில் கூறுவதானால், வாழ்க்கையின் நெடுஞ்சாலையில் பயணிக்கும்போது தன்னியக்க பைலட்டை இயக்கி உங்கள் வாழ்க்கையை வீணாக்காதீர்கள். நல்ல நறுமணத்தை உள்ளிழுப்பதற்கு பதிலாக, பிரமிக்க வைக்கும் பகல்நேரத்தை எடுத்துக் கொள்ளுங்கள். ஒரு உணர்ச்சிமிக்க முத்தத்தை அனுபவிக்கவும், கைகளைப் பிடித்து, ஒரு அற்புதமான நண்பருடன் உற்சாகமான உரையாடலில் ஈடுபடவும். பெரும்பாலான மக்கள் தற்போதைய தருணத்தில் வாழ்கிறார்கள். தற்போதைய தருணத்தில் வாழ்க.

மக்களை மன்னிக்கும் திறனைப் பெறுங்கள். ஆராய்ச்சியின் படி, நமது கோபமான எண்ணங்கள் மற்றும் உணர்வுகளை அகற்றுவதை விட மற்றொரு நபர் மீது கோபப்படுவதற்கு அதிக ஆற்றல் தேவைப்படுகிறது. ஆய்வுகளின்படி, நாம் மக்களை மன்னிக்கும்போது, ஆறுதலையும் மன அமைதியையும் அனுபவிக்கிறோம், இது மனநிறைவுக்கு வழிவகுக்கிறது.

நாம் மற்றவர்களுடன் கோபமாக இருக்கும்போது, நமது கோபம் அடிக்கடி நம்மைத் தின்றுவிடும். மன உளைச்சலைத் தூண்டுகிறது. பழி-வாங்கும் மனப்பான்மையால் நாம் தூங்க முடியாது. நாம் மற்றவர்களை மன்னிக்கும்போது, நம் கோபத்தை விட்டுவிட்டு, வாழ்க்கையில் நமக்கு மகிழ்ச்சியைத் தரும் விஷயங்களில் நம் கவனத்தையும் ஆற்றலையும் செலுத்த அனுமதிக்கிறோம்.

நண்பர்கள் மற்றும் குடும்பத்தினருக்கு நேரத்தையும் கவனத்தையும் செலவிடுங்கள், மேலும் குறிப்பிடத்தக்க மற்றவர்களுடன் நல்ல உறவைப் பேணுங்கள். ஆராய்ச்சியின் படி, மகிழ்ச்சியான மக்கள் மற்றவர்களுடன் குறிப்பிடத்தக்க சமூக தொடர்புகளைக் கொண்டுள்ளனர். நாம் வலுவான, நம்பகமான, ஆதரவான நட்பைக் கொண்டிருக்கும் போது, நாம் நெருங்கிய குடும்ப உறவுகளைக் கொண்டிருக்கும் போது, நாம் நெருங்கிய அல்லது ஒரு ஆத்ம துணையுடன் வாழ முடியும் போது, மற்றும் நாம் மற்றொரு நபருடன் நெருக்கமான, அன்பான, நல்ல உறவைக் கொண்டிருக்கும் போது, நாம் சுயமாக நெருக்கமாக இருக்கிறோம். - உண்மையாக்கம்.

உங்கள் மனம் மற்றும் உடல் இரண்டையும் கவனித்துக் கொள்ளுங்கள். ஆய்வுகளின்படி, அதிக ஆற்றலைக் கொண்டிருப்பது உங்கள் வாழ்க்கையில் மாற்றத்தை ஏற்படுத்தும், உடற்பயிற்சி அல்லது விளையாட்டு அல்லது சமூகத்தன்மை போன்ற அதிக செயல்பாடுகளை அனுபவிக்க உங்களை அனுமதிக்கிறது. ஆராய்ச்சியின் படி, நீங்கள் சுறுசுறுப்பாக இருக்கும்போது, உங்கள் சுயமரியாதை உயர்கிறது. வழக்கமான உடற்பயிற்சி, ஆய்வுகளின்படி, எண்டோர்பின் என்ற ஹார்மோனை உருவாக்குகிறது, இது உங்களை நன்றாக உணர உதவுகிறது மற்றும் உடலின் தளர்வு எதிர்வினையை அதிகரிக்கிறது, மேலும் நீங்கள் மிகவும் நிம்மதியாக உணர்கிறீர்கள். போதுமான ஓய்வும், உறக்கமும் இருந்தால் மனதையும் உடலையும் பார்த்துக்கொள்ளலாம். அதிகமாக சாப்பிடாமல், அதிகமாக மது அருந்தாமல், அல்லது அதிகமாக மரிஜுவானா புகைப்-

பதன் மூலம் நீங்கள் கட்டுப்பாட்டை வெளிப்படுத்தலாம். ஒவ்வொரு நாளும், நீங்கள் கொஞ்சம் அமைதியையும் அமைதியையும் காணலாம். நீங்கள் ஓய்வெடுக்கவும் ஓய்வெடுக்கவும் சிறிது நேரம் எடுத்துக் கொள்ளலாம். அர்த்தமுள்ள கவிதை, இலக்கியம் அல்லது உங்களுக்கு விருப்பமான வேறு எதையும் படிப்பதன் மூலம் உங்கள் உற்சாகத்தை உயர்த்தலாம். உங்கள் உடலையும் மனதையும் ரிலாக்ஸ் செய்ய நீங்கள் தியானம் செய்யலாம், அதே நேரத்தில் அமைதியையும் அமைதியையும் பெறலாம்
.

மன அழுத்தம் மற்றும் துன்பங்களைச் சமாளிக்கும் நுட்பங்களை உருவாக்கவும். நீங்கள் ஒரு கிளப், ஒரு சங்கம் அல்லது சமூக ஆதரவு குழுவில் உறுப்பினராகலாம். ஒரு மழை நாளுக்காக நீங்கள் பணத்தை ஒதுக்கி வைக்கலாம். சாத்தியமான பேரழிவு அல்லது பின்னடைவுக்கு நீங்கள் தயாராகலாம். நீங்கள் ஒரு காப்பு மூலோபாயத்தை உருவாக்கலாம். பௌத்தம் போன்ற உங்களுக்கான சரியான வாழ்க்கைத் தத்துவத்தை நீங்கள் காணலாம். நீங்கள் கடவுள் நம்பிக்கை மற்றும் நம்பிக்கையை கண்டுபிடித்து தேவாலயத்தில் சேரலாம். நீங்கள் நேர்மறையான சுய-பேச்சைப் பயன்படுத்த கற்றுக்கொள்ளலாம் அல்லது அறிவாற்றல்-நடத்தை சிகிச்சையுடன் இணைக்கப்பட்ட பிற சமாளிக்கும் திறன்களைப் பயன்படுத்தி நிலைமையை எவ்வாறு சமாளிப்பது என்பதைக் கற்றுக்கொள்ளலாம். மன அழுத்தம், சிரமம் மற்றும் சிக்கல்களைச் சமாளிக்க நீங்கள் பயன்படுத்தும் வழிகள் வரம்பற்றவை. நீங்கள் அவர்களை கண்காணிக்க வேண்டும்.

நன்றியை பல்வேறு வழிகளில் வெளிப்படுத்தலாம். யாராவது நல்லதைச் செய்தால் "நன்றி" என்று சொல்லலாம். ஒரு நண்பரின் பிறந்தநாளை நினைவுகூருங்கள், அவர்களுக்கு ஒரு அட்டை அல்லது பரிசை அனுப்பி, ஒரு பீர் குடிக்க வெளியே அழைத்துச் சென்று, அவர்களுக்கு பிறந்தநாள் வாழ்த்துக்களைத் தெரிவிக்கவும். நீங்கள் யாருக்காவது கடன்பட்டிருந்தால், அதைத் திருப்பிச் செலுத்துங்கள். உங்களை மகிழ்ச்சியாகவோ, மகிழ்ச்சியாகவோ அல்லது நன்றியுள்ளவர்களாகவோ செய்யும் எதையும் நீங்கள் கண்டால் , நீங்கள் ஏன் அதை விரும்புகிறீர்கள் என்று தனிநபரிடம் கூறி, உங்கள் நன்றியைக் காட்டுங்கள். நீங்கள் யாரையாவது காதலிப்பதாகச் சொல்லவில்லை என்றால், அவர்கள் நீங்கள் செய்யவில்லை என்று கருதுவார்கள். நேசிப்பவரின் எதிர்பாராத

இழப்பால் நீங்கள் வேதனைப்பட விரும்பவில்லை, எனவே அவர்களுக்கு உங்கள் நன்றியைத் தெரிவிக்க வேண்டாம். பதிலளிப்பதற்கான உத்திகளை நீங்கள் வகுக்க வேண்டும். பதிலுக்கு எதையும் எதிர்பார்க்காமல் உங்கள் பாராட்டுகளை தெரிவிப்பதற்கான வழிகளையும் நீங்கள் கண்டறிய வேண்டும்.

மகிழ்ச்சி என்பது நாம் ஒவ்வொருவரும் நமக்காக எடுக்க வேண்டிய தனிப்பட்ட முடிவு. நீங்கள் மகிழ்ச்சியாக இருக்க முடிவு செய்தவுடன், உங்களுக்கு சிறந்த மகிழ்ச்சியை நீங்கள் தேட வேண்டும். எந்த வகையான நபர்கள், செயல்பாடுகள், இன்பங்கள் மற்றும் ஆசைகள் உங்களுக்கு மகிழ்ச்சியைத் தருகின்றன என்பதை நீங்கள் தீர்மானிக்க வேண்டும். உங்கள் வாழ்க்கையை மாற்றுவதற்கு நீங்கள் நடவடிக்கை எடுக்க வேண்டும் மற்றும் அது தட்டும்போது மகிழ்ச்சியை வரவேற்க வேண்டும்.

மகிழ்ச்சியாக இருக்க, மகிழ்ச்சி, மகிழ்ச்சி, நன்றியுணர்வு, நெருக்கம் மற்றும் பலவற்றை ஊக்குவிக்கும் செயல்களில் ஈடுபடுவதன் மூலம் நீங்கள் அதிக நேர்மறையான உணர்வுகளை வளர்த்துக் கொள்ள வேண்டும்.

நீங்கள் வாழ்க்கையில் "சரியான" முடிவுகளை எடுக்க வேண்டும். நீங்கள் விரும்பும் வாழ்க்கையை நீங்கள் வாழ வேண்டும், அதில் குறிப்பிடத்தக்க வேலை அல்லது தொழிலைத் தேர்ந்தெடுப்பது, ஒரு குறிப்பிட்ட நம்பிக்கையை ஏற்றுக்கொள்வது மற்றும் கடவுள் மீது நம்பிக்கை வைப்பது, உங்கள் வாழ்க்கையைக் கழிக்க முக்கியமான ஒருவரைக் கண்டுபிடிப்பது மற்றும் உங்களுக்கு சவால் விடும் மற்றும் மூழ்கடிக்கும் ஓய்வு நேர நடவடிக்கைகளில் ஈடுபடுவது ஆகியவை அடங்கும். ", ஒரு நல்ல புத்தகத்தைப் படிப்பது, பியானோ வாசிப்பது அல்லது நிலப்பரப்பை வரைவது போன்றவை.

உங்கள் ஓய்வு நேரத்தை நீங்கள் அனுபவித்தாலும் அல்லது கார்ப்பரேட் ஏணியில் உழைத்தாலும், உங்களுக்காக அமைக்கப்பட்டுள்ள தரங்களுக்கு நீங்கள் வாழ வேண்டும்.

மகிழ்ச்சிக்கு நோக்க உணர்வு முக்கியமானது. நாம் ஒவ்வொருவரும் நமது சொந்த நோக்கங்களை அமைக்க வேண்டும். ஒரு நோக்கம் உங்கள் வாழ்க்கையின் முக்கியத்துவத்தை அளிக்க உதவும்.

ஆராய்ச்சியின் படி, நாம் வளரும் மற்றும் வளரும் போது, புதியதைக் கற்றுக் கொள்ளும்போது, திருப்தியைக் கண்டறிந்து, நம்மை

நீட்டிக்கும்போது, மக்களிடையே கோரிக்கைகளின் படிநிலையில் ஏறி, சுய-உணர்தலுக்காக பாடுபடும்போது, சிறந்தவர்களாக மாறும்போது நாம் மகிழ்ச்சியாக இருக்கிறோம்.

நாம் மகிழ்ச்சியை அடைவதற்காக மகிழ்ச்சியாக இருக்கிறோம், மகிழ்ச்சியை அடைவதற்காக அல்ல. உதாரணமாக, நீங்கள் ஏற்கனவே அறிந்ததைப் பயிற்சி செய்வதை விட பியானோ வாசிக்கக் கற்றுக்கொள்வது மிகவும் சுவாரஸ்யமாக இருக்கிறது. வேறு வார்த்தைகளில் கூறுவதானால், நம்மைத் தள்ளும், நீட்டிக்கும், ஆற்றலையும் திறமையையும் செலவழித்து, நம்மை வடிவமைக்கவும், மறுவடிவமைக்கவும் தேவைப்படும் விஷயங்கள், நபர்கள் மற்றும் செயல்பாடுகளில் மூழ்கி மகிழ்ச்சியைக் கண்டுபிடிப்போம். நாம் மகிழ்ச்சியைத் தேர்ந்தெடுக்கும்போது, நம் வாழ்க்கை கலைப் படைப்புகளாக மாறும்.

இது ஒரு இலக்கை நோக்கி வேலை செய்யும் செயல்முறையாகும், இலக்கை நோக்கி அல்ல. எனவே, நீங்கள் ஒரு நினைவுக் குறிப்பை எழுதுகிறீர்கள் என்றால், ஒரு புத்தகத்தை அச்சிட்டு வெளியிடுவதை விட உங்கள் வாழ்க்கை வரலாற்றை எழுதுவதில் அதிக மகிழ்ச்சியும் திருப்தியும் இருக்கிறது.

இதன் விளைவாக நீங்கள் மகிழ்ச்சியாக இருப்பீர்கள். நீங்கள் தேர்வுகளைச் செய்கிறீர்கள், உங்களுக்கு மகிழ்ச்சியைத் தருபவைகளை அடையாளம் கண்டு, உங்கள் வாழ்க்கையின் ஒவ்வொரு நாளும் அவற்றைத் தொடருங்கள்; நீங்கள் செயல்முறையை முடிக்கிறீர்கள். நீங்கள் இறக்கும்போது என்ன நடக்கும் என்று உங்களுக்குத் தெரியாததால் அது முக்கியமில்லை. ஆனால் நீங்கள் வாழத் தகுதியான வாழ்க்கையை வாழ்ந்தீர்கள் என்பது உங்களுக்குத் தெரியும், அர்த்தமும் நோக்கமும் மகிழ்ச்சியும் நிறைந்தது.

4

எப்படி நெகிழ்ச்சியுடன் இருக்க வேண்டும்?

"மகிழ்ச்சிக்கான கதவு மூடப்படும்போது, மற்றொரு கதவு திறக்கிறது. ஆனால் நாம் அடிக்கடி மூடிய கதவை நீண்ட நேரம் வெறித்துப் பார்க்கிறோம், திறந்த கதவைக் காணவில்லை.

ஒரு விடாமுயற்சியுள்ள நபர் பிரச்சினைகள், தோல்விகள், துரதிர்ஷ்டங்கள், நோய்கள், துயரங்கள் மற்றும் நேசிப்பவரின் மரணம் ஆகியவற்றை எதிர்கொண்டு சமாளிக்க முடியும். மன அழுத்த சூழ்நிலைகள் மற்றும் சிரமங்களை எதிர்கொள்ளும் போது அவர்கள் அமைதியாக இருக்க முடியும். வலிமையான மனிதன் பலியாவதில்லை. அவர்கள் எதிர்மறையாக பாதிக்கப்படும்போது, அவர்கள் சிக்கலைத் தீர்ப்பதில் கவனம் செலுத்துகிறார்கள், எதிர்மறையைக் கடக்க இலக்குகளை நிர்ணயிப்பார்கள் மற்றும் துன்பங்களைச் சமாளிக்க நடவடிக்கை எடுக்கிறார்கள். அவர்கள் ஒரு சோகமான சூழ்நிலையின் நேர்மறையில் கவனம் செலுத்துகிறார்கள், ஒரு சிறந்த முடிவை எதிர்பார்க்கிறார்கள். பின்னடைவு என்பது வாழ்க்கையை எதிர்கொள்ளும் போது துன்பங்களை எவ்வாறு சமாளிப்பது மற்றும் எவ்வாறு முன்னேறுவது மற்றும் அடிக்கடி சோகத்தையும் பதட்டத்தையும் ஏற்படுத்தும் துன்பங்களை எவ்வாறு சமாளிப்பது என்பதை அறிய நேரம் மற்றும் முயற்சியுடன் உருவாக்கக்கூடிய

ஒரு பண்பாகும்.

மாற்றம் வாழ்க்கையின் ஒரு பகுதி. வலி வாழ்க்கையின் ஒரு பகுதி. உலகம் கொடூரமாகவும் அலட்சியமாகவும் இருக்கலாம். பெரும்பாலான மக்கள் தற்போதைய நிலையை விரும்புகிறார்கள், ஆனால் எதுவும் மாறாது. வலி மற்றும் மாற்றத்தை ஏற்படுத்தும் எண்ணற்ற நிகழ்வுகள் உள்ளன.

குழந்தை அல்லது மனைவி போன்ற நேசிப்பவரின் மரணம். இது வேலையின்மை, வேலைவாய்ப்பின்மை மற்றும் வறுமைக்கு வழிவகுக்கிறது. நிதி சிக்கல்கள் கடன் தீர்வு. புற்றுநோய் போன்ற நோய்கள் மற்றும் நோய்கள். பூகம்பம் மற்றும் சூறாவளி போன்ற இயற்கை பேரழிவுகள். காயம் அல்லது மோசமான, இயலாமையை விளைவிக்கும் ஒரு விபத்து.

இவை ஒவ்வொன்றும் மன அழுத்த நிகழ்வு மற்றும் எதிர்மறைக்கு ஒரு எடுத்துக்காட்டு. ஹோம்ஸ் மற்றும் ரெய்க் வாழ்க்கை நிகழ்வுகளின் அளவை உருவாக்கினர். இந்த அளவீட்டின் நோக்கம் ஒரு தனிநபரின் வாழ்க்கையில் மன அழுத்தத்தின் அளவை தீர்மானிப்பது மற்றும் தனிநபரின் உடல் மற்றும் மன ஆரோக்கியத்தில் மன அழுத்தத்தின் விளைவைக் குறிப்பதாகும். மரணம், விவாகரத்து, காயம், நோய் மற்றும் வேலை இழப்பு ஆகியவை வாழ்க்கையின் அழுத்தங்களில் சில. ஒரு நபர் எந்த நேரத்திலும் இந்த ஒன்று அல்லது அதற்கு மேற்பட்ட வாழ்க்கை பிரச்சனைகளை அனுபவித்து சமாளிக்கும் போது, அவர் மனரீதியாக அல்லது உடல் ரீதியாக நோய்வாய்ப்படும் அபாயம் உள்ளது.

பாதகமான சூழ்நிலைகளிலும் கூட, எதிர்காலத்தைப் பற்றி உறுதியானவர்கள் நம்பிக்கையுடன் இருக்கிறார்கள், மேலும் இந்த மன அழுத்தமான வாழ்க்கை நிகழ்வுகளை சமாளிக்கவும், சமாளிக்கவும் நடவடிக்கை எடுக்கலாம்.

நிலையான மக்கள் யார்? மக்கள் தங்கள் முகத்தில் சோகம் அல்லது துரதிர்ஷ்டம் வரும்போது வித்தியாசமாக நடந்துகொள்கிறார்கள். சிலர் மன உளைச்சலுக்கு ஆளாகிறார்கள், அதைத் தாங்க முடியாமல் இருக்கிறார்கள். அவர்கள் போதை, மது, கோபம், பதட்டம், மனச்சோர்வு, துரதிர்ஷ்டத்திலிருந்து மெதுவாக மீள்வது போன்றவற்றுக்கு அடிமையாகி விடுகிறார்கள். மற்றவர்கள் வளர்ந்து, சந்தர்ப்பத்தை சமாளித்து, பின்னடைவுகளைச் சமாளித்து, தங்கள் வாழ்க்கையைத் தொடர்வார்கள்.

சவால்கள், பின்னடைவுகள், தடைகள், ஆபத்துகள், துயரங்கள் கூட மனித நிலையின் குணங்கள் என்பதை இந்த வகையான மக்கள் அறி-வார்கள். வலியும் துக்கமும் வாழ்க்கையின் ஒரு பகுதி என்பதை அவர்-கள் அறிவார்கள். அவை நெகிழ்ச்சித்தன்மையின் பண்புகளைக் கொண்-டுள்ளன.

எக்ஸ்பிரஸ் எதிர்காலத்தைப் பற்றி நம்பிக்கையுடன் இருக்கிறது. ஒரு நம்பிக்கையாளர் எதிர்காலம் பிரகாசமாக இருப்பதாகவும், அந்த நல்ல விஷயங்கள் நடக்கும் என்றும், அவர் ஏற்றத் தாழ்வுகள், தடைகள் மற்-றும் துன்பங்களைச் சமாளித்து, தனது இலக்குகள் மற்றும் கனவுகளை அடைய கடினமாக உழைப்பார் என்று நம்புகிறார். எதிர்மறையை புறக்-கணிக்க நம்பிக்கையாளர்கள் குருடர்கள் அல்ல. நம்பிக்கை என்பது எதிர்மறையான பக்கத்தை அங்கீகரிக்கும் போது ஒரு ஆர்வமுள்ள நிகழ்வு அல்லது சூழ்நிலையின் நேர்மறையான பக்கத்தில் கவனம் செலுத்துவதாகும். நம்பிக்கை என்பது ஒரு மோசமான சூழ்நிலையிலி-ருந்து சிறந்த வழியைக் கண்டுபிடிப்பதாகும். ஒரு நபர் நம்பிக்கையுடன் சிந்திக்கும்போது நம்பிக்கை எழுகிறது.

அவர்கள் நண்பர்கள், குடும்பத்தினர் மற்றும் ஆத்ம தோழர்கள் போன்ற வலுவான சமூக ஆதரவு நெட்வொர்க்குகளைக் கொண்டுள்-ளனர். கடினமான காலங்களில், ஒரு விடாமுயற்சியுள்ள நபர் நம்பக-மான நபரிடம் உதவி மற்றும் ஆலோசனையைப் பெறுகிறார்.

அவர்கள் திடமான விமர்சன சிந்தனை திறன்களைக் கொண்டுள்-ளனர். கடினமான நபர்கள் தங்கள் கவலைகளைச் சமாளிக்க வழிக-ளைக் கண்டுபிடிக்கின்றனர்.

அவர்களுக்கு சுய பாராட்டு உத்வேகம் உள்ளது. நீடித்து நிலைத்-திருக்கும் நபர்கள் தங்களைப் பற்றிய ஒரு மேம்பட்ட முன்னோக்கைக் கொண்டுள்ளனர். அவர்கள் பெரும்பாலும் உறுதியாக உணர்கிறார்கள், இது அவர்களின் கட்டுப்பாட்டு உணர்வை அதிகரிக்கிறது. ஒரு பயங்க-ரமான சூழ்நிலையின் முடிவை அவர்களின் செயல்பாடுகள் தீர்மானமாக பாதிக்கும் என்பதை அவர்கள் ஏற்றுக்கொள்கிறார்கள்.

இலக்கை அமைத்து அதை அடைய முயற்சிக்கவும். சிரமம் வெளியே வரும் போது, பல்துறை மக்கள் ஒரு விபத்து அல்லது பின்ன-டைவை நிவர்த்தி செய்யும் நோக்கங்களைக் கொண்ட ஒரு செயல்பாட்-டுத் திட்டத்தை வளர்க்கிறார்கள்.

அவர்கள் சிரமத்திலிருந்து பெறுகிறார்கள். நம்பிக்கையுள்ள நபர் சிரமத்திலிருந்து ஆதாயம் பெறுகிறார் மற்றும் எதிர்கால விபத்துக்கள், சிரமங்கள் மற்றும் பின்னடைவுகளை நிர்வகிக்க இந்தத் தகவலைப் பயன்படுத்துகிறார்.

5

சோர்வைக் கடக்கும்

"நாம் சோர்வடைவதை விட வாழ்க்கை பல மடங்கு மட்டுப்படுத்தப்பட்டதல்லவா?" - ஃபிரடெரிக் நீட்சே

சோர்வு என்றால் என்ன? நாம் சும்மா உட்கார்ந்திருக்கும்போது அல்லது தனிநபர், சூழ்நிலை, இடம், இயக்கம் ஆகியவற்றில் ஆர்வத்தை இழக்கும்போது ஒரு சாய்வு வழக்கமாக இருக்க முடியும். நம் ஆன்மா சிலிர்க்கத் தொடங்குகிறது, ஒருவேளை கற்பனையாக இருக்கலாம். எங்களால் மையப்படுத்த முடியாது. பின்னர், அந்த நேரத்தில், நாம் ஆர்வத்தை இழந்துவிட்டோம் என்பதை புரிந்துகொள்கிறோம் - நம்மால் கவனம் செலுத்த முடியவில்லை. நாம் அடிக்கடி சோர்விலிருந்து தப்பிக்க வேண்டும், ஆனால் முடியாது. குமட்டல் உணர்வு, நமது சுற்றுச்சூழல் காரணிகளை கவனிக்காமல், நாம் சாதாரணமாக கொட்டாவி விடுகிறோம்.

சோர்வு என்பது மனித நிலையின் பொதுவான அறிகுறியாகும். நீண்ட கால இடைவெளியில், நாம் வழக்கமாக நமது கூட்டாளிகளுடன் சோர்வடைகிறோம், எங்கள் வேலையில் சோர்வடைகிறோம், எங்கள் வாழ்க்கையின் அட்டவணைகளால் சோர்வடைகிறோம். நாம் எதையும் உணர்கிறோம் என்று வைத்துக் கொண்டால், அது மிகவும் சாதாரணமாக மாறிவிடும், எனவே நாங்கள் எங்கள் வீடுகளை அலங்கரிக்கிறோம், புதிய வாகனங்களை வாங்குகிறோம், அசாதாரண எதிர்ப்புகளுக்கு பயணிக்கிறோம். இளைஞர்கள் பள்ளியில் ஆர்வத்தை இழந்து தடங்கல்களைத் தேடுகிறார்கள். தொலைத்தொடர்பு செய்யும் பெண்கள் வீட்டு

வேலைகள், அதேபோன்ற இரவு உணவுகளை தயாரித்தல், உணவைத் தேடி, கல்லூரி அல்லது வேலைக்குப் புறப்பட வேண்டிய அவசியத்தில் சோர்வடைகிறார்கள். இதேபோன்ற தெருவைக் கையாள்வதால் பயணிகள் தொடர்ந்து சோர்வடைந்து, பின்னர் அவசர நேரத்தில் கிரிட்லாக்கில் நின்றுவிடுவார்கள், எனவே அவர்கள் தங்கள் துணையை அழைக்கிறார்கள் அல்லது புத்தக பதிவுகள் அல்லது பொழுதுபோக்கு இசையில் கவனம் செலுத்துகிறார்கள். வாடிக்கையாளர்கள் தங்கள் உணவுக்கு பணம் செலுத்த வரிசையில் இறுக்கமாக தொங்குகிறார்கள் மற்றும் சோர்வு மற்றும் அமைதியின்மை அல்லது கலைந்து போகிறார்கள். டிவி, மோஷன் பிக்சர்ஸ், கம்ப்யூட்டர் கேம்கள் மற்றும் செல்போன்கள் எதுவாக இருந்தாலும், சோர்வு என்பது தற்போதைய வாழ்க்கையில் எங்கும் நிறைந்த ஒரு அங்கம்.

ஏராளமான ஆழ்ந்த மூளைவாதிகள் மற்றும் கற்பனை வல்லுநர்கள் சோர்வுக்கான உண்மையான காரணிகளை விளக்கியுள்ளனர். படைப்பாளி மார்கரெட் ஜார்ஜ் ஒரு கண்கவர் சித்தரிப்பு கொடுக்கிறார்: "சோர்வு என்பது ஒரு பயங்கரமான பயனற்ற நிலை, அதைச் சமாளிக்கும் மருந்துகள் - அதாவது இயக்கம் - வலிக்கிறது. அம்பு அடிப்படையிலான ஆயுதம்? இது உறைபனி மற்றும் கூடுதலாக, ஆடைகளை மீண்டும் மூடுவது அவசியம். கொறித்துண்ணிகள் புல்லில் இருந்தன, இசையா? கேட்க குமட்டுகிறது, இதை உருவாக்க, ஒரு டன் சுமையாக இருக்கிறது, முதலியன, எல்லா வேதனைகளிலும், சோர்வு கடைசியில் இதயமற்றது, இறுதியில், அது உங்களை ஒரு அசாதாரண மனிதனாக மாற்றுகிறது, சும்மா அமர்ந்திருக்கும் - சோம்பலின் உறவினர் மற்றும் துயரத்தின் உடன்பிறப்பு."

வெள்ளை பிரிப்பான் போன்ற இலவச காற்றை மேம்படுத்துதல் மற்றும் பணித்திறன் அலுவலகம் இல்லை.

ஒரு பணியை மறுபரிசீலனை செய்தல், இயந்திர உற்பத்தி அமைப்பில் இருந்து விலகி இருக்கலாம்.

கவனிப்பு, இதில் ஒரு நபர் மையமாக இருக்க வேண்டும், உதாரணமாக, தேவாலயத்தில் அமர்ந்து ஒரு செய்தியை கவனிக்க வேண்டும்.

அசைக்க முடியாத சோர்வு. நீங்கள் எதையும் செய்ய விரும்பும் சூழ்நிலையின் வெளிச்சத்தில் இது ஓய்வெடுக்காமல், வேடிக்கையாக, உணர்ச்சிவசப்படுகிறது. உதாரணமாக, பல நாட்கள் வேலைக்குப் பிறகு,

நீங்கள் வீட்டிற்குத் திரும்பி, மந்தமான குழந்தை இருக்கையில் ஓய்வெடுத்து, டிவியை ஆன் செய்து, ஒரு சிட்காமை அலட்சியமாகப் பார்க்க வேண்டும் என்று கனவு காண்கிறீர்கள்.

சோர்வை சரிசெய்யும். நீங்கள் இருக்க விரும்பாத சூழ்நிலையில் இருக்கிறீர்கள். ஒருவேளை நீங்கள் விலகி, நீங்கள் அனுபவிக்கும் தேர்வுப் பயிற்சிகள் ஒவ்வொன்றையும் சிந்திக்க வேண்டும்.

சோர்வைத் தேடுகிறது. நீங்கள் கவலைப்படுகிறீர்கள், குறுக்கீடுகள் தேவை அல்லது உங்கள் தற்போதைய சூழ்நிலையை மாற்ற வேண்டும். ஒருவேளை நீங்கள் மந்தமாகவும், வேலையில் சிக்கிக்கொண்டதாகவும், வேறு ஏதாவது சிறந்ததைக் கண்காணிப்பது பற்றிய கற்பனையாகவும் உணரலாம். ஒருவேளை உங்கள் உறவு அதன் உற்சாகத்தை இழந்திருக்கலாம், தற்போது உங்களுக்கு ஒரு புதிய மற்றும் தனித்துவமான விஷயம் தேவை.

பதில் சோர்வு. நீங்கள் பிடிபட்டுள்ளீர்கள் மற்றும் ஊக்கமளிக்கிறீர்கள் - மேலும் சூழ்நிலையிலிருந்து விலகிச் செல்ல இயலாது. உதாரணமாக, அரசு நிதியுதவி பெறும் பள்ளிகளில் படிக்கும் இளைஞர்கள் இதுபோன்ற சோர்வை அடிக்கடி அனுபவிக்கின்றனர். ஊஞ்சலில் அல்லது ஸ்லைடுகளில் அதிக நேரம் செலவிடுவதற்குப் பதிலாக, எழுத்துப்பிழை குறித்த வழிகாட்டுதல்களை வழங்கும் கல்வியாளரிடம் அவர்கள் கவனம் செலுத்த வேண்டும்.

அலட்சியம் மற்றும் சலிப்பு. உங்களைச் சுற்றியுள்ள உலகத்தைப் பற்றி நீங்கள் நிதானமாகவும், விலகியதாகவும், அலட்சியமாகவும் உணர்கிறீர்கள். ஒருவேளை நீங்கள் காலை செய்தித்தாளைப் படித்துவிட்டு, காபி குடித்துவிட்டு, மொட்டை மாடியில் அமர்ந்து உங்கள் தினசரி வழக்கத்தில் ஈடுபட்டிருக்கலாம், மேலும் செய்திகள் அலுப்பாக இருக்கும். இந்நிகழ்வு இதற்கு முன்னரும் நிகழ்ந்ததாகத் தெரிகிறது.

நீங்கள் சலித்துவிட்டால் என்ன ஆகும்? அதிகம்: நம் மனம் வேகமடைகிறது, நம் நேரம் மெதுவாகிறது. நமது இதயத் துடிப்பு அதிகரிக்கும் போது, உடல் அழுத்த ஹார்மோன் கார்டிசோலை இரத்த ஓட்டத்தில் வெளியிடுகிறது. சலிப்பு நிதானமாக இருக்கலாம், இல்லையெனில், அது மன அழுத்தத்தை ஏற்படுத்தும், குறிப்பாக ஒரு நபர் அதை அதிகமாக அனுபவித்தால்.

மேலும் சலிப்பு நமது ஆரோக்கியம், பாதுகாப்பு, வெற்றி மற்றும் மகிழ்ச்சியை அழிக்கும் செயல்களுக்கு வழிவகுக்கிறது. பெரும்பாலான மக்கள் சலிப்படையும்போது சாப்பிடுகிறார்கள், இது உடல் பருமனுக்கு வழிவகுக்கிறது. சிலர் அதிகப்படியான சட்டவிரோத மருந்துகளைப் பயன்படுத்துவதன் மூலமும், அதிகப்படியான மது அருந்துவதன் மூலமும் சலிப்பைத் தவிர்க்கும் பழக்கத்திற்கு ஆளாகிறார்கள். முடிவில்லாத சலிப்பு உங்களை சோர்வாகவும், அலட்சியமாகவும், விரக்தியாகவும் மாற்றும். பள்ளியில், குழந்தைகள் அமைதியாகவும் இரக்கமாகவும் இருக்க கற்றுக்கொடுக்கப்படுகிறார்கள். சில குழந்தைகள் சலிப்பாகவும், கவனம் செலுத்தாமலும், படிப்பதில் சிரமமாகவும் இருப்பார்கள்.

சிலர் சலிப்புடன் வேலை செய்ய வேண்டும், இது அவர்களின் உந்துதலைக் குறைக்கிறது மற்றும் மோசமான செயல்திறன் மற்றும் வருகைக்கு வழிவகுக்கிறது. சலிப்படைந்தவர்களுக்கு, வாழ்க்கை பெரும்பாலும் அர்த்தமற்றதாகவும் நோக்கமற்றதாகவும் உணர்கிறது, இது கவலை, மனச்சோர்வு மற்றும் போதைப்பொருள் மற்றும் ஆல்கஹால் துஷ்பிரயோகத்திற்கு வழிவகுக்கும். பல சலிப்பான மக்கள் B. பாதுகாப்பற்ற உடலுறவு, திருமணம் அல்லாத உடலுறவு, விபச்சாரிகளுடன் உடலுறவு , பல கூட்டாளிகளுடன் உடலுறவு போன்ற ஆபத்தான நடத்தைகளில் ஈடுபடுகின்றனர். பாதுகாப்பற்ற உடலுறவில் ஈடுபடுபவர்கள் எச்.ஐ.வி போன்ற பால்வினை நோய்களைப் பெறலாம். பதின்ம வயதினரின் சலிப்பு அழிவு, கலவரங்கள் மற்றும் குண்டர்களுக்கு வழிவகுக்கும் என்று ஆராய்ச்சியாளர்கள் கண்டுபிடித்துள்ளனர். அன்றாட வாழ்வில் சோர்வாக இருக்கும் சிலிர்ப்பைத் தேடுபவர்கள், விமானங்களில் இருந்து ஸ்கை டைவிங், அதிவேகமாக ஓட்டுதல், செங்குத்தான பாறை மலைகளில் ஏறுதல் போன்ற ஆபத்தான செயல்களை மேற்கொள்கின்றனர் . பல சிலிர்ப்பு தேடுபவர்கள் தங்கள் துரதிர்ஷ்டங்களால் இறந்துள்ளனர்.

சலிப்புக்கான தீர்வுகள் பெரும்பாலும் தனிப்பட்ட விருப்பமாகும். நமது சூழ்நிலையில் அலட்சியமாக இருந்து சலிப்பான வாழ்க்கையைத் தேர்ந்தெடுக்கிறோம். அல்லது சலிப்பிலிருந்து தப்பிப்பது எப்படி என்று எங்களுக்குத் தெரியாது, கற்றுக்கொள்ள முயற்சிப்பதில்லை. மற்ற சமயங்களில் சலிப்பு என்ற சூழ்நிலையில் இருந்து வெளிவர முடியாமல் சலிப்பிலேயே மாட்டிக் கொள்கிறோம். பலர் போரடிக்கும்போது ஸ்மார்ட்ஃபோனைப் பயன்படுத்துகிறார்கள். இது ஒரு குறுகிய கால தீர்வாகும் மற்றும்

எப்போதும் ஒரு விருப்பமாக இருக்காது, குறிப்பாக ஒரு குறிப்பிட்ட இடத்தில் உங்கள் டிஜிட்டல் கேஜெட்டைப் பயன்படுத்த முடியாவிட்டால். நம் வாழ்க்கையை எப்படி சுவாரஸ்யமாக வைத்திருக்க முடியும்?

ஒரு சலிப்பான சூழ்நிலையை நீங்கள் கற்பனை செய்யும் போது, உங்கள் கவனத்தை திசை திருப்ப திட்டமிடுங்கள். எடுத்துக்காட்டாக, ஒரு கிளினிக்கில் குறுக்கெழுத்து புதிரை அல்லது செய்தித்தாளில் ஒரு சுடோகு புதிரை தீர்க்கவும். நீங்கள் காத்திருக்க வேண்டும் என்று உங்களுக்குத் தெரிந்தால், ஒரு நல்ல புத்தகம் அல்லது செய்தித்தாளைக் கொண்டு வந்து காத்திருந்து படிக்கவும்.

ஒரு புதிய திறமையைக் கற்றுக்கொள்ளுங்கள். உங்களுக்கு ஏதேனும் கனவுகள் இருக்கிறதா? ஆசைகளா? ஆசைகளா? பியானோ, கிரியேட்டிவ் ரைட்டிங், டிஜிட்டல் புகைப்படம் எடுத்தல் அல்லது பால்ரூம் நடனம் என எதுவாக இருந்தாலும் கவர்ச்சிகரமான மற்றும் வேடிக்கையான எதையும் கொண்டு வாருங்கள். மற்றவர்களிடம் பேசுங்கள். வேடிக்கையாக இருங்கள், புதிய விஷயங்களைச் செய்ய விரும்பும், கவர்ச்சிகரமான, மற்றும் வாழ்க்கையை ஒரு சாகசமாகப் பார்க்கும் நண்பர்களுடன் நேரத்தை செலவிடுங்கள்.

உடற்தகுதியை உங்கள் அன்றாட வாழ்க்கையின் ஒரு பகுதியாக ஆக்குங்கள். நீங்கள் விரும்பும் உடற்பயிற்சி திட்டத்தில் சேரவும். சிலர் தனியாக பயிற்சி செய்ய விரும்புகிறார்கள். யோகா, எடை பயிற்சி, நடைபயிற்சி, ஜாகிங் மற்றும் நீச்சல் ஆகியவை நீங்களே செய்யக்கூடிய சில செயல்பாடுகள். மற்றவர்கள் மற்றவர்களுடன் இருப்பதையும் குழுக்களில் சேருவதையும் ரசிக்கிறார்கள். ஸ்குவாஷ், டென்னிஸ், ஹாக்கி, பேஸ்பால், பந்துவீச்சு மற்றும் பலவற்றுடன் நீங்கள் செய்யக்கூடிய செயல்பாடுகள்.

உங்கள் ரசனைக்கு ஏற்பவும். நீங்கள் என்ன அனுபவிக்கிறீர்கள்? உங்களுக்கு கனவு இருக்கிறதா? அதை நனவாக்க நடவடிக்கை எடுக்கவும். நீங்கள் ஒரு வெளியிடப்பட்ட எழுத்தாளர் ஆக வேண்டும் என்று கனவு காண்கிறீர்கள் என்று வைத்துக்கொள்வோம். நீங்கள் ஒரு பத்திரிகையில் எழுத ஆரம்பிக்கலாம். அதன் பிறகு, நான் சில படைப்பு எழுதும் வகுப்புகளை எடுத்தேன். பின்னர் கவிதை, புனைகதை மற்றும் படைப்பாற்றல் அல்லாதவற்றைப் படியுங்கள்.

உங்கள் சூழலை மாற்றவும். உதாரணமாக, உங்கள் அலுவலகத்தில் நீங்கள் சலித்துவிட்டால், புதிய வேலையைத் தேடுங்கள். பல்கலைக்-கழகத்தில் உங்கள் படிப்புகளில் நீங்கள் சலித்துவிட்டால், மற்றவற்றில் சேருங்கள். உங்கள் வீடு மந்தமாகவும் மந்தமாகவும் இருந்தால், அதில் மற்றொரு நிறத்தைச் சேர்த்து, ஒரு ஓவியம் அல்லது புகைப்படத்தை மாட்டி வைக்கவும்.

உங்கள் அன்றாட வாழ்க்கையின் நடைமுறைகளை உடைக்கவும். வேறு வார்த்தைகளில் கூறுவதானால், புதிதாக ஏதாவது செய்யுங்கள். புதிய நண்பர்களை உருவாக்குங்கள், வேலை செய்வதற்கான புதிய வழி-களைப் பின்பற்றுங்கள், புதிய உணவகங்களில் சாப்பிடுங்கள், புதிய திரைப்படங்களைப் பாருங்கள், டிவியில் புதிய நிகழ்ச்சிகளைப் பாருங்-கள்.

படைப்பு இருக்கும். எல்லோரும் எப்படியாவது படைப்பாளிகள், ஆனால் பலர், "நான் படைப்பாற்றல் இல்லை" என்று கூறுகிறார்கள். இந்த எதிர்மறை சிந்தனை நம்மை ஆக்கப்பூர்வமான வாழ்க்கையை நடத்துவதற்கான நடவடிக்கைகளை எடுப்பதைத் தடுக்கிறது. ஆக்கப்-பூர்வமான செயல்களில் ஈடுபடுவதன் மூலம் இந்த ஆக்கப்பூர்வமான தடையை நீங்கள் சமாளிக்கலாம். நீங்கள் ஆர்ட் கேலரிகளைப் பார்-வையிடலாம், ராக் இசை நிகழ்ச்சிகளைப் பார்க்கலாம் மற்றும் திரைப்பட டிக்கெட்டுகளை வாங்கலாம். கலையில் திறமையான எவரும் ஓவியம், வரைதல், ஓவியம், வேலைப்பாடு மற்றும் புகைப்படம் எடுத்தல் ஆகி-யவற்றைத் தொடங்கலாம். சில கலை வகுப்புகளில் சேர்வது அல்லது புத்தகங்கள் மற்றும் பத்திரிகைகளைப் படிப்பது எப்படி என்று உங்களுக்-குத் தெரியாவிட்டால்.

உங்கள் ஆர்வத்திற்கு விடை காணவும். எல்லாவற்றையும் பற்றி தெரிந்து கொள்ள ஆசை. விடை பெற பல வழிகள் உள்ளன. தலைப்-புகளைப் படிப்பது கற்றுக்கொள்வதற்கு ஒரு சிறந்த வழியாகும். மற்-றொன்று, கலாச்சாரம், சமையல், கலை மற்றும் மக்களைப் பற்றி அறிந்து கொள்ளக்கூடிய புதிய நகரத்திற்குச் செல்வது போன்ற புதிய அனுபவங்களில் உங்களை மூழ்கடிப்பது. இணையத்தில் உங்கள் பதி-லைத் தேடுவது வேறு. ஒரு பாடத்தில் நிபுணராக ஆவதை இலக்காகக் கொண்ட ஒரு படிப்பில் சேர்வது உங்கள் பசி ஆர்வத்தை பூர்த்தி செய்-வதற்கான பொதுவான வழியாகும். அமெரிக்க எழுத்தாளரும் கவிஞு-

ருமான டோரதி பார்க்கர் ஒருமுறை கூறினார், "அலுப்புக்கான மருந்து ஆர்வம், உங்கள் ஆர்வத்தை நீங்கள் குணப்படுத்த முடியாது."

குறிப்பு. இந்த நேரத்தில் என்ன நடக்கிறது என்பதைக் கண்டறிய உங்கள் புலன்களைப் பயன்படுத்தவும். நீ என்ன காண்கிறாய்? நான் கேட்க வேண்டுமா? உணர்ந்தேன்? வாசனை? சுவை? ஒரு மன குறிப்பை உருவாக்கவும். ஒரு நோட்புக் அல்லது பத்திரிகையில் விவரங்களை எழுதுங்கள். உங்கள் ஸ்மார்ட்போனில் சில படங்களை எடுக்கவும். கவனமாக இருக்கும்போது, கோடு, வடிவம், வடிவம், அமைப்பு, பூமியின் நிறம் ஆகியவற்றின் ஆக்கபூர்வமான அம்சங்களில் உங்கள் கவனத்தை செலுத்துங்கள். பெரும்பாலான பொது இடங்கள் மற்றும் மக்கள் விவரங்களைக் கவனிப்பதன் மூலம் சுவாரஸ்யமாக முடியும். கலைஞர், ஆண்டி வார்ஹோல், ஒருமுறை கூறினார், "பொதுவாக உங்களைத் தொந்தரவு செய்யும் சிறிய விஷயங்கள் திடீரென்று உங்களை சிலிர்க்க வைக்கக்கூடாது."

தியானம் செய்ய கற்றுக்கொள்ளுங்கள். நீங்கள் கற்றுக்கொண்டவுடன், சலிப்பான அனுபவங்களைச் சமாளிக்க தியானத்தை ஒரு வழியாக மாற்றவும். நீங்கள் தவிர்க்க முடியாத மற்றும் சலிப்பான இடத்தில் இருப்பதைக் கூறலாம். ஒருவேளை நீங்கள் பல் மருத்துவரின் காத்திருப்பு அறையில் மாட்டிக்கொண்டிருக்கலாம், நீங்கள் சலிப்படையத் தொடங்குகிறீர்கள். கண்களை மூடி தியானம் செய்து சுவாசத்தில் கவனம் செலுத்துங்கள். இது உங்கள் மனதை தெளிவுபடுத்துகிறது மற்றும் அமைதிப்படுத்துகிறது மற்றும் உள் அமைதியை வளர்க்க உதவுகிறது. இதில் பங்கேற்கவும்

ஸ்ட்ரீமிங் அனுபவம். ஓட்டம் என்பது மனதின் நிலை, தனிப்பட்ட நல்வாழ்வுக்கு பங்களிக்கும் நேர்மறை உணர்ச்சி. அனுபவம் மனநிலையை அமைத்து, அதை மீண்டும் செய்ய விரும்புவதற்கு உங்களுக்கு வெகுமதி அளிக்கிறது, நீங்கள் அனுபவத்தில் மூழ்கி, நேரத்தின் அனைத்து தடயங்களையும் இழக்கிறீர்கள். மிஹாரி சிக்ஸ் ஜென்ட் பாசிட்டிவ் உளவியலாளர்கள் இதை சரியான அனுபவத்தின் உளவியல் என்று அழைக்கிறார்கள் . நீங்கள் கவனம் செலுத்த வேண்டும். இலக்குகளைக் கொண்ட பலனளிக்கும் மற்றும் அடையக்கூடிய அனுபவத்திலும் நீங்கள் பங்கேற்க வேண்டும். அனுபவம் உள்நாட்டிலும் பலனளிக்கிறது. காலத்தால் அழியாத அனுபவத்தை அனுபவிக்கும் போது உங்களுக்குள்

மூழ்கிவிடுங்கள். அனுபவத்திலிருந்து நீங்கள் கருத்துக்களைப் பெறுவீர்கள், உங்களுக்குக் கட்டுப்பாடு உள்ளது. ஓட்டம் பொதுவாக நீங்கள் உண்மையிலேயே ரசிக்கும், மூழ்கி, மகிழ்ச்சியாக இருப்பதற்கு, நம்பிக்கையை இழக்கும், வளப்படுத்த, வெகுமதி போன்ற செயல்களுக்கு, எழுதுதல், ஓவியம் வரைதல், ஓடுதல், நடனம் போன்றவை. இது தொடர்புடையது.

எரிச்சலூட்டும் துலாம் எப்போதும் பகுத்தறிவு, உணர்ச்சி ரீதியாக பாதிக்கப்படக்கூடியது, மிகவும் உணர்ச்சிவசப்படக்கூடியது, மேலும் கொஞ்சம் வலுவாக இருக்கலாம். சலிப்பு என்பது ஒரு தேவையற்ற மனநிலையாகும், அதில் இருந்து நாம் அடிக்கடி தப்பித்துக் கொள்கிறோம். நீங்கள் சலிப்பாக இருந்தால், உங்களை சலிப்படையச் செய்யும் உங்கள் வாழ்க்கையின் அம்சங்களை மாற்றவும். நீங்கள் எப்போதும் உங்கள் கவனத்தை சலிப்பிலிருந்து திசை திருப்பலாம். ஆர்தர் ஸ்கோபன்ஹவுர் ஒருமுறை கூறினார், "வலியும் சலிப்பும் மனித நல்வாழ்வுக்கு இரண்டு எதிரிகள்." நீங்கள் சோர்வடையும் நேரத்தை நீக்குவதன் மூலம் அல்லது குறைப்பதன் மூலம், உங்கள் நல்வாழ்வு, வாழ்க்கை திருப்தி மற்றும் மகிழ்ச்சியை அதிகரிக்கிறீர்கள்.

6

வாழ்க்கையின் ஓட்டத்தைக் கண்டறிதல்

"மகிழ்ச்சி என்பது ஒவ்வொரு நபரும் தனித்தனியாக தயாரிக்கவும், வளர்க்கவும் மற்றும் பாதுகாக்கவும் வேண்டும்."

செல்வம், அதிகாரம், பாலினம் மற்றும் பொருள் வசதி ஆகியவை மகிழ்ச்சி மற்றும் மகிழ்ச்சிக்கு உத்தரவாதம் அளிக்கின்றன. இல்லை. இந்த வெற்றியின் ஆபத்துக்களைக் கொண்ட பலர் இன்னும் அமைதியான, அவநம்பிக்கையான, வெறுமையான வாழ்க்கையை வாழ்கிறார்கள், பெரும்பாலும் ஒரு திரவ அனுபவம் அவர்களின் வாழ்க்கையின் ஒரு பகுதியாக இல்லை. ஓட்டம் என்றால் என்ன?

மிஹாரியின் கூற்றுப்படி , ஓட்டம் சரியான அனுபவம் அல்லது "வாழ்க்கையில் முழுமையான ஈடுபாடு" ஆகும். இது ஒரு குறிக்கோள் அல்ல, ஆனால் இது ஒரு செயல்பாடு, நிகழ்வு அல்லது அனுபவத்தில் மூழ்குவதற்கு மக்கள் பயன்படுத்தும் ஒரு கருவியாகும். "அந்த நேரத்தில், அது எங்களைத் தாக்கியது. அனுபவம் இலக்கை நோக்கியது, உள்நாட்டில் பணக்காரர், வெகுமதி மற்றும் வேடிக்கையானது. எழுதுதல், கலை செய்தல், நடனம், இசைக்கருவிகள் வாசித்தல், டென்னிஸ் மற்றும் சதுரங்க விளையாட்டுகளில் பங்கேற்பது போன்ற பல்வேறு செயல்பாடுகள் ஓட்டத்தை உருவாக்குகின்றன.

நீங்கள் ஒரு பாயும் அனுபவத்தைக் கண்டுபிடித்து, நோக்கமற்ற, அர்த்தமற்ற அல்லது சலிப்பான இருப்பை மகிழ்ச்சி, ஆசை, உத்வேகம் போன்ற வாழ்க்கையாக மாற்ற அதைப் பயன்படுத்தலாம். உணவு மற்றும் உற்சாகத்தை மாற்ற உங்கள் மகிழ்ச்சி மற்றும் மகிழ்ச்சியின் உணர்வை மேம்படுத்தும் வாழ்க்கை.

உங்கள் நல்வாழ்வை மேம்படுத்தும் எண்ணற்ற ஸ்ட்ரீமிங் அனுபவங்கள் உள்ளன. ஓட்டத்தை உணருங்கள். பி. கேட்டல் போன்ற ஒன்று அல்லது அதற்கு மேற்பட்ட புலன்களைப் பயன்படுத்த வேண்டிய வாழ்க்கை அனுபவங்களில் ஈடுபடும்போது, அழகான இசையில் கவனம் செலுத்தி மகிழலாம்.

சமூகமயமாக்கலின் ஓட்டம். பி. நண்பர்கள், குடும்பத்தினர் மற்றும் முக்கிய நபர்களுடன் சுவாரஸ்யமான உரையாடல்கள் போன்ற மற்றவர்களுடன் மதிப்புமிக்க நேரத்தை செலவிடுங்கள்.

மனித குலத்தின் நதி. உங்கள் "சுயத்தை" வென்று தேவைப்படுபவர்களுக்கு உதவுங்கள். காந்தியும், அன்னை தெரசாவும் இரக்கமுள்ள வாழ்க்கையை வாழ்வதிலும் மற்றவர்களின் துன்பத்தைப் போக்குவதிலும் கவனம் செலுத்தினர். உடலின் ஓட்டம். யோகா, ஓட்டம், சைக்கிள் ஓட்டுதல், நடனம், நீச்சல் மற்றும் உடலுறவு போன்ற உடல் செயல்பாடுகளுக்கு உங்கள் உடலைப் பயன்படுத்துங்கள். பணிப்பாய்வு. சவாலான, உள்நாட்டில் பலனளிக்கும் வேலையில் உங்கள் மனதைப் பயன்படுத்துதல்.

ஓய்வு ஓட்டம். ஒரு கலைக்கூடத்தின் சுவரில் தொங்குவது, ஒருவரின் ஓவியத்தின் அற்புதத்தை ரசிப்பது போன்ற உங்களை சிந்திக்கவும் கவனம் செலுத்தவும் செய்யும் ஓய்வு நேர நடவடிக்கைகளில் பங்கேற்கவும். டிவி பார்ப்பது ஸ்ட்ரீமிங் அனுபவம் அல்ல.

ஆவியின் ஓட்டம். உங்கள் மனதில் படித்தல், எழுதுதல், சதுரங்கம் விளையாடுதல், குறுக்கெழுத்து புதிர்கள், சுடோகு மற்றும் பிற புதிர்களைத் தீர்ப்பதன் மூலம் இலக்குகளை அடையுங்கள். அனுபவிக்க என்ன தடைகள் உள்ளன

ஓட்டம்? பல உள்ளன:

சலிப்பு. அன்றாட, மீண்டும் மீண்டும் வரும் மற்றும் அர்த்தமற்ற அனுபவங்களின் அற்பத்தனம் உங்களைத் திசைதிருப்பலாம் மற்றும் ஓட்டத்தை அனுபவிப்பதிலிருந்து உங்களைத் தடுக்கலாம்.

மன அழுத்தம். பயம், கவலை மற்றும் பதட்டம் ஆகியவை உங்களைத் திசைதிருப்பலாம் மற்றும் ஓட்டத்தை அனுபவிக்கத் தேவையான மன ஆற்றலைக் குறைக்கலாம். அந்நியப்படுதல் , சமூகத்தில் தனிமைப்படுத்தப்பட்ட உணர்வு மற்றும் சமூகத்தின் சலசலப்பு மற்றும் சலசலப்பு ஆகியவற்றிலிருந்து பிரிந்து செல்வது ஓட்டத்தைத் தடுக்கலாம்.

கவனச்சிதறல். இரைச்சல் பல்பணிகள், பதட்டம், பொறுப்புகள் போன்றவை ஓட்டத்தை அழிக்கின்றன. ஊக்கமின்மை. மந்தமான உணர்வு ஓட்டத்தை அனுபவிக்க நடவடிக்கை எடுப்பதில் இருந்து உங்களைத் தடுக்கிறது. துரதிர்ஷ்டம், துக்கம், இழப்பு. இவை ஒவ்வொன்றும் மனம் மற்றும் உடலிலிருந்து ஆற்றலை வெளியேற்றி, ஓட்டத்தை அனுபவிப்பதை கடினமாக்குகிறது.

அன்றாட தேவைகள் - உணவு, வீடு மற்றும் உடை இல்லாமை. நீங்கள் ஓட்டத்தை அனுபவிப்பதற்கு முன், நீங்கள் ஒரு அடிப்படை வாழ்க்கைத் தரத்தைக் கொண்டிருக்க வேண்டும் மற்றும் வாழ்க்கையின் அடிப்படைத் தேவைகளைக் கொண்டிருக்கவில்லை. இல்லையெனில், ஓட்டங்கள் தேவைப்படுவதற்குப் பதிலாக, அந்தத் தேவைகளைப் பூர்த்தி செய்வதில் கவனம் செலுத்துங்கள்.

கவனக்குறைவு கோளாறுகள் அல்லது அடிமையாதல் செறிவு இழப்பை ஏற்படுத்துகிறது மற்றும் ஓட்டம் மற்றும் அதன் பலன்களை நீங்கள் அனுபவிக்க முடியாது. இவை ஒவ்வொன்றும் கவனத்தை சிதறடித்து, செறிவைத் தடுக்கிறது, மேலும் உடனடி அனுபவத்தில் முழுமையாக கவனம் செலுத்துகிறது, இது ஒரு சரியான அனுபவத்திற்கு வழிவகுக்கும்.

சிலர் பின்னடைவுகள் அல்லது சவால்களை சமாளித்து, அவற்றிலிருந்து கற்றுக்கொண்டு, பாயும் அனுபவங்களாக மாற்ற முடியும். எடுத்துக்காட்டாக, மன அழுத்தத்தைச் சமாளிப்பதில், மக்கள் தங்களின் உளவியல் வளங்கள், சமூக ஆதரவு மற்றும் சிக்கலைத் தீர்ப்பது, இலக்கு அமைத்தல் மற்றும் மன அழுத்த மேலாண்மை போன்ற பல்வேறு சமாளிக்கும் உத்திகளைப் பயன்படுத்துகின்றனர்.

உங்கள் வாழ்க்கையில் ஓட்டத்தை எவ்வாறு சேர்க்கலாம்? உங்கள் மகிழ்ச்சியைப் பின்பற்றுங்கள் அல்லது உங்கள் ஆசைகளைத் தழுவுங்கள். அர்த்தமுள்ள இலக்குகளை அடைவதற்கு அமைத்து வேலை செய்யுங்கள். வேடிக்கையான, பேசக்கூடிய, நகைச்சுவையான மற்றும்

நேசமான நபர்களுடன் பேசுங்கள். கலையைப் பெறுங்கள். நீங்கள் ஆர்ட் கேலரியைப் பார்வையிடலாம், இசைக்கருவிகளை வாசிக்கலாம் மற்றும் படங்களை எடுக்கலாம். புதிய திறன்களைக் கற்றுக்கொள்ளுங்கள். பெரும்பாலான மக்கள் படைப்பு எழுதுதல், சமையல் போன்ற கற்றல் மற்றும் புதிய மொழியைக் கற்றல் போன்ற படிப்புகளை எடுக்கிறார்கள். கற்றலை வாழ்நாள் முழுவதும் நாட்டமாக்குங்கள். ஓட்டம், யோகா, நடனம் போன்ற உங்கள் வாழ்க்கையில் ஓட்டத்தை உருவாக்கும் உடற்பயிற்சி செயல்பாடுகளைச் சேர்க்கவும்.

உங்கள் வாழ்க்கை இலக்கைக் கண்டறிந்து அதை அடைய நடவடிக்கை எடுப்பது மிகவும் முக்கியம். அது உங்களுக்கு அர்த்தத்தைத் தருகிறது.

7

மகிழ்ச்சி

"சந்தேகக்காரர்களுக்கு இயல்பான குணாதிசயம் என்னவென்றால், மோசமான சந்தர்ப்பங்கள் சிறிது காலத்திற்கு தொடரும், அவர்கள் செய்யும் ஒவ்வொரு அசைவும் அவர்களின் சொந்த பிரச்சினையாக இருக்கும் என்பதை அவர்கள் ஏற்றுக்கொள்கிறார்கள். காரணங்கள் இந்த ஒரு விஷயத்தில் மட்டுமே கட்டுப்படுத்தப்படுகின்றன என்பது ஏற்றுக்கொள்ளப்படுகிறது. "- நேர்மறை ஆய்வாளர்

திருப்தியாக இருக்க வேண்டும் என்ற ஏக்கம், BMW ஆட்டோ வாங்க வேண்டும் என்ற ஆவல், பகலில் குளக்கரையில் பளபளப்பு மற்றும் ஓய்வு, லாட்டரி சீட்டு அல்லது மற்றொரு ஜோடி திட்டமிடுபவர் லெவிஸைப் பெறுவது ஆகியவை பொதுவாக மனித பயிற்சிகளைத் தூண்டுகின்றன. ஆற்றல்மிக்க முத்தம். பாஸ்கல் கூறினார், "ஒவ்வொரு நபரின் ஒவ்வொரு செயலுக்கும், வியக்கத்தக்க வகையில் தூக்கிலிடப்பட்ட நபர்களின் ஏக்கமே மகிழ்ச்சி." தி கிராஃப்ட் ஆஃப் ஜாய் என்ற தனது வெற்றியில், தலாய் லாமா இவ்வாறு வெளிப்படுத்தினார்: "வாழ்க்கைக்கான காரணம் மகிழ்ச்சியைத் தேடுவதே என்பதை நான் ஏற்றுக்கொள்கிறேன். அது தெளிவாக உள்ளது. ஒருவருக்கு மதத்தின் மீது நம்பிக்கை இருக்கிறதோ இல்லையோ... ஒட்டுமொத்தமாக நமக்கு ஒரு பெரிய விஷயம் தேவை. அன்றாட வாழ்க்கை. இதனால், எங்கள் வாழ்க்கை திருப்தியை நோக்கி நகர்கிறது என்று நான் நினைக்கிறேன்."

பேரின்பம் என்பது மகிழ்ச்சி அல்லது நிறைவின் உணர்வு. நான் தற்காலிக மகிழ்ச்சியான நிமிடங்களையோ அல்லது மகிழ்ச்சியின் சிறிய

சந்திப்புகளையோ குறிப்பிடவில்லை, ஆனால் ஒருவரின் வாழ்க்கையில் நிறைவு மற்றும் நிறைவின் நீடித்த உணர்வு. உள்ளடக்கமாக இருக்க வேண்டும் என்ற இந்த ஏக்கம் மிகப் பெரிய எண்ணிக்கையை ஊக்குவிக்கிறது. மகிழ்ச்சியாக இருப்பது மனித வாழ்க்கையின் முக்கியத்துவமும் காரணமும் ஆகும். பெரும்பான்மையானவர்கள் தங்களுடன் பகிர்ந்து கொள்வதில்லை, "நான் ஒன்று அல்லது ஏதாவது செய்வேன், அதனால் நான் ஆனந்தமாக இருக்க முடியும்." எல்லா விஷயங்களும் சமமாக இருப்பதால், உட்குறிப்பு மூலம் திருப்திக்கான தேடலை ஒருவர் தொடர்ந்து மகிழ்ச்சிக்காக அல்லது பூர்த்தி செய்யும் சந்திப்புகளைத் தேடுகிறார்.

சில மூளை அறிவியலின் ஆராய்ச்சியின்படி, நமது மகிழ்ச்சியின் பெரும்பகுதியை நாம் கட்டுப்படுத்துகிறோம். அப்படிச் செய்ய, நம் நிறைவையும் திருப்தியையும் கட்டியெழுப்ப வழிகளைக் கண்டறிய வேண்டும். நாங்கள் பாராட்டும் கிக், சரியான கூட்டாளியின் மீதான பாசம், நிதிச் சமநிலையில் நிறைய பணம் வைத்திருப்பது மற்றும் கேம்ஸ் வாகனம் போன்ற உண்மையான இன்பங்கள் போன்றவற்றால் வெறும் 10% மட்டுமே காற்றில் பறக்கிறோம் என்று அது கூறுகிறது. மற்றொரு பாதி பெறப்பட்ட கல்லில் அமைக்கப்படவில்லை மற்றும் நமது கட்டுப்படுத்தும் திறனுக்கு வெளியே உள்ளது. உதாரணமாக, ஸ்கிசோஃப்ரினியா, இருமுனைக் குழப்பம், அமைதியின்மை அல்லது அவலநிலை ஆகியவற்றுக்கான மரபுவழி டிஎன்ஏ கொண்ட ஒரு நபர், நம்பிக்கையூட்டும் தன்மையுடன் உலகில் கொண்டு வரப்பட்டதை விட வாழ்க்கையில் நிறைவையும் திருப்தியையும் சந்திப்பதை கடினமாகக் காணலாம். நேர்மறை சிகிச்சையாளர்கள், பரம்பரையாக முன்னரே தீர்மானிக்கப்பட்ட மகிழ்ச்சியின் அளவை நமது திருப்தியின் "செட் பாயிண்ட்" என்று குறிப்பிடுகின்றனர். அதிகப்படியான 40% மகிழ்ச்சியானது கொஞ்சம் கொஞ்சமாக பாதிக்கப்படுகிறது. எதையும் சாதிக்க வேண்டாம் அல்லது நம் மகிழ்ச்சியின் உணர்வை உருவாக்க வேலை செய்ய வேண்டாம் என்று நாம் முடிவு செய்யலாம்.

நாம் திருப்தியாக இருக்க பல வழிகள் உள்ளன. நமது மனப்பான்மையை மாற்றி, நமது மகிழ்ச்சியின் அளவை உயர்த்துவதில் வேலை செய்வதே முக்கியத் தேர்வாக இருக்க வேண்டும் - நமது பேரின்பம் மற்றும் நிறைவின் அளவு. நாம் ஏன் கலக்கமடைகிறோம் என்று கேட்டு

வாழ்க்கையைச் சுற்றிச் சிந்திக்காமல் நடப்பதை விட இது ஒரு அறிவார்ந்த முடிவாக இருக்க வேண்டும்.

உங்கள் மனநிலையை மாற்ற நீங்கள் எடுக்கக்கூடிய மிக நேரடியான முன்னேற்றம், உங்களிடம் இருப்பதில் மகிழ்ச்சியாக இருப்பதை பூஜ்ஜியமாக்குவதுதான். நாளின் முடிவில், இப்போது நீங்கள் பெற்றுள்ள பரிசுகளுக்கு நன்றியுடன் இருங்கள், சிறந்த நல்வாழ்வு, உங்கள் பில்களை ஈடுசெய்யும் பணி மற்றும் உங்களை நேசிக்கும் ஒருவர். நீங்கள் தற்போது உள்ளதைப் பூஜ்ஜியமாக்குவது ஒரு நாவல், புதிய விஷயம், தனித்துவமானது மற்றும் மிகவும் இனிமையானது என்பதற்கான ஏக்கத்தை தொடர்ந்து குறைக்கிறது, இது அடிக்கடி ஏமாற்றத்தைத் தூண்டுகிறது. நேர்மறை சிகிச்சையாளர்கள் நன்றி தெரிவிக்கும் பத்திரிகையை அமைக்க பரிந்துரைக்கின்றனர். ஒவ்வொரு வாரமும் சில முறை, நீங்கள் பாராட்டுவதைப் பதிவு செய்கிறீர்கள். தொடர்ந்து, ஆரோக்கியமாக இருப்பது மிகவும் லாபகரமானது என்பதை நினைவில் கொள்ள எனக்கு உதவியது.

நீங்கள் எடுக்கக்கூடிய மற்றொரு முன்னேற்றம் (பௌத்த நடைமுறை) புத்திசாலித்தனமாக வாழ்வதாகும். தெளிவற்ற எதிர்காலத்தில் உங்கள் ஆன்மாவை பூஜ்ஜியமாக்குவதற்குப் பதிலாக, பேரழிவை எதிர்பார்க்கலாம் அல்லது பேரழிவை எதிர்பார்க்கலாம் அல்லது முன்பு இருந்த மோசமான நினைவகத்தில் பூஜ்ஜியமாக இருக்கலாம், இந்த தருணத்தில் நீங்கள் கவனம் செலுத்துவீர்கள். "உண்மையான பேரின்பம் நிகழ்காலத்தில் பங்குகொள்வதில் உள்ளது" என்று அறிஞர் சினேகா கூறினார்.

கண்ணியமாக வாழ்வது கடினம். நீங்கள் உங்கள் மூளையை தயார் செய்ய வேண்டும். உங்கள் ஆன்மாவை தயார்படுத்துவதற்கான மிகச் சிறந்த வழி, கவனிப்பு சிந்தனையை ஒத்திகை பார்ப்பதாகும். பார்வை, வாசனை, சுவை, தொடர்பு, செவிப்புலன் மற்றும் உணர்வு - உங்கள் திறன்களையும் நீங்கள் சரிசெய்யலாம். உதாரணமாக, நீங்கள் கீழே விழுந்து, ஒலி அமைப்பை இயக்கி, பயனுள்ள இசையில் கவனம் செலுத்துகிறீர்கள் என்று வைத்துக் கொண்டால், நீங்கள் ஆர்வத்துடன் வாழ்கிறீர்கள். அது எப்படியிருந்தாலும், நீங்கள் கீழே விழுந்து, ஒலி அமைப்பை இயக்கி, காகிதத்தைப் படிக்கத் தொடங்குகிறீர்கள், நீங்கள் இல்லை. இந்த வழியில், நீங்கள் அதிக புத்திசாலியாக மாறுவதற்கான மற்றொரு வழி, ஒவ்வொரு முயற்சியையும் வரிசையாகச் செய்வது. ஒரு

குறிப்பிட்ட விஷயத்தை விட அதிகமாக நீங்கள் சாதிக்கிறீர்கள் என்று கருதி, உங்களை நீங்களே திசை திருப்புகிறீர்கள். இது அக்கறையல்ல. எச்சரிக்கையாக இருக்க, இந்த நேரத்தில் என்ன நடக்கிறது என்பதில் கவனம் செலுத்த வேண்டும்.

சிலருக்கு, மகிழ்ச்சியையும் திருப்தியையும் சந்திப்பதன் மூலம் திருப்தியாக இருக்க வேண்டும் என்ற ஏக்கமே வாழ்க்கையின் முக்கியத்துவமும் உந்துதலும் ஆகும். மகிழ்ச்சியையும் நிறைவையும் உணர வேண்டும் என்ற ஏக்கம் பலரையும் நகர்த்துவதற்கு தூண்டுகிறது. மூளை அறிவியலின் முக்கிய நபரான சிக்மண்ட் பிராய்ட், நாம் மகிழ்ச்சியை சந்திக்க விரும்புகிறோம் என்று வாதிட்டார், இது நம்மை ஊக்குவிக்கிறது.

எளிமையான மகிழ்ச்சியான நாட்டங்கள் நிறைந்த ஒரு சுதந்திரமான வாழ்க்கை தேவைப்படுவதில் உள்ள சிக்கல் திருப்தி கடந்து செல்கிறது. நாம் சில நேரம் திருப்தியை அனுபவிக்கிறோம், அது மறைந்துவிடும், எனவே நம் வாழ்க்கையை மகிழ்ச்சியுடன் நிரப்பும் புதிய சந்திப்புகளைத் தொடர்ந்து தேட வேண்டும். பொதுவாக அற்புதமான சந்திப்புகள் குறைவதன் நன்மையைக் கொண்டுள்ளன - நமக்கு எவ்வளவு வசீகரமான அனுபவம் இருக்கிறதோ, அவ்வளவு நேரடியானது, சோர்வடைவது, குறைவாகவே விரும்புகிறோம். பேரின்பம் அவ்வாறே ஆவியாகும் - அது மறைந்துவிடும். எனவே, புதிய வேடிக்கையான சந்திப்புகளை நாங்கள் தொடர்ந்து கவனித்து வருகிறோம்.

மகிழ்ச்சியுடன் கூடிய மற்ற சாத்தியமான பிரச்சினை என்னவென்றால், அது கட்டுப்பாட்டை விட பெருந்தீனியை உண்டாக்கும். உதாரணமாக, வேலையில் ஒரு நீண்ட, துன்பகரமான நாளுக்குப் பிறகு, ஒரு நபர் ஆறு அல்லது ஏழு கன்டெய்னர்களில் லாகர் பாவாடை மற்றும் கலவையின் இரண்டு குடங்களில் இருந்து கட்டணம் பெற ஆரம்பிக்கலாம். செக்ஸ் மற்றும் பாலியல் உச்சக்கட்டத்தின் மகிழ்ச்சியை எதிர்கொள்ளும் போது, ஒரு ஆண் தனது பாலியல் மகிழ்ச்சி மற்றும் திருப்திக்கான ஏக்கத்தை ஒரு சரியான துணையுடன் பகிர்ந்து கொள்வதை விட விவேகமான எத்தனை மகிழ்ச்சியான பெண்களிடமிருந்து பாலியல் மகிழ்ச்சியை சந்திக்க வேண்டும். ஒரு நபருக்கு உணவின் சுவை மற்றும் அது வழங்கும் ஆறுதல் தேவைப்படலாம். சில கட்டுப்பாடுகளுடன் சாப்பிடுவதற்குப் பதிலாக, தனிமனிதன் தன்னை உடலுறவுக்கு உட்கொள்கிறான், பின்னர் ஒரு கரோனரி தோல்வியை அனுபவிக்கிறான், இது

அவரை இயலாமையின் இருப்புடன் தொடர வைக்கிறது. இந்த வழிகளில், அழகான சந்திப்புகள் தேவைப்படுவது நீண்ட கால மகிழ்ச்சியைத் தருவதை புறக்கணிக்கும்.

"ஸ்ட்ரீம்" என்று அழைக்கப்படும் ஒரு முன்னோக்கை உருவாக்கும் பயிற்சிகள் அல்லது சந்திப்புகளில் பங்கேற்பதன் மூலம் நாம் அர்ப்பணிப்பு வாழ்க்கையைப் பெறலாம். இந்த கட்டத்தில் நாம் உறுதியாக தெரியவில்லை, உள்ளுக்குள் பூஜ்ஜியமாக இருக்கிறோம், எதிர்காலத்தைப் பற்றி வேதனைப்படுகிறோம் அல்லது கடந்த காலத்தால் எரிச்சலடைகிறோம். நிகழ்காலத்தை எப்படி நடத்துகிறோம் என்பது எங்களுக்குத் தெரியும். நாம் உள்ளே வரும்போது நேரம் நின்றுவிடும். ஈடுசெய்யும் வேலை/தொழில் மற்றும் விளையாட்டுப் பயிற்சிகள், ஆய்வு எழுதுதல் அல்லது இசைக்கருவி வாசித்தல் அல்லது சாலைப் புகைப்படங்கள் எடுப்பதன் மூலம் இந்தக் கண்ணோட்டத்தை நாங்கள் அனுபவிக்கிறோம்.

தனிமையில் வாழ்வதை விட, தோழமையை வளர்த்துக் கொள்வதன் மூலம் அர்ப்பணிப்பின் இருப்பைத் தேடுகிறோம். பலவிதமான காரணங்களுக்காக இதைச் செய்கிறோம், ஒருவேளை யாராவது வாழ்க்கையின் இன்பங்களில் பங்கெடுக்கலாம், யாராவது சமூகத்திற்கு உதவலாம், யாரோ ஒருவர் சிறந்த விவாதத்தைப் பாராட்டலாம், சில சிரிப்புகளைப் பகிர்ந்து கொள்ளலாம்.

நமக்கும் அன்பு வேண்டும். அன்பு என்பது மனிதனின் அடிப்படைத் தேவை, உதாரணமாக, உணவு-பாதுகாப்பான வீடு மற்றும் பாதுகாப்பு. மனிதகுலத்தின் பெரும்பகுதி போற்றப்பட வேண்டும் மற்றும் பொக்கிஷமாக இருக்க வேண்டும். பாசத்தின் நன்மைகளை சந்திக்க, ஒரு நபர் தனியாக வாழாமல், வாழ்க்கையில் ஆக்கிரமிக்கப்பட வேண்டும். தவிர, நம் பாசப் பொருளை நாம் வளர்த்துக் கொள்ளாத நிலையில் காதல் அரிதாகவே செழித்து, துன்பம் அடைகிறது. வேறொருவரால் போற்றப்படுவதற்கு, நாம் சமீபத்திய நினைவகம், உழைப்பு மற்றும் கருத்தில் கொடுக்க வேண்டும். வணக்கத்தின் மொழியை ஒத்திகை பார்க்கவும், தரமான ஆற்றலை முதலீடு செய்யவும், அன்பின் வெளிப்பாடுகளை வழங்கவும், உண்மையான தொடுதலை வழங்கவும் விரும்புகிறோம். சுயமாகவும் ஒருவருக்கொருவர் வழங்குவதாகவும் இருக்க வேண்டும். ஒன்று இல்லாமல் மற்றொன்று ஆவியாக்கி வாளியை உதைக்கிறது. அந்த

நோக்கத்திற்காக, பெரும்பாலான உறவுகள் அன்றாட கஷ்டங்களை வெடிக்கச் செய்கின்றன.

நிச்சயமான மூளை அறிவியலில் ஆராய்ச்சி சுட்டிக்காட்டியுள்ளபடி, முக்கியத்துவத்துடனும் காரணத்துடனும் ஒரு இருப்பை உருவாக்குவதன் மூலம் நாம் நமது பேரின்பத்தை அடைய முடியும். ஒரு குறிப்பிட்ட நம்பிக்கையை எடுத்துக்கொள்வதன் மூலம் முக்கியத்துவம் அடிக்கடி பின்பற்றப்படுகிறது. ஒரு நபர் புனித உரையைப் புரிந்துகொள்கிறார், உயர் சக்திகளுக்குச் செல்கிறார், கடுமையான நம்பிக்கைகளின் கூட்டத்தை ஒப்புக்கொள்கிறார், பார்வைக் குறைபாடுள்ள நம்பிக்கையின் விரோதத்தை எடுத்துக்கொள்கிறார், ஏனெனில் அது அவர்களின் ஆழ்ந்த பசியை அதிகரிக்கிறது, மரணத்தின் மீதான பயத்தை குறைக்கிறது மற்றும் வாழ்க்கையின் நம்பமுடியாத ரகசியங்கள் பற்றிய கேள்விகளுக்கு பதிலளிக்கிறது. . தெய்வீகம் இருக்கிறதா? நான் வாளியை உதைத்த பிறகு நிச்சயம் நிகழுமா?

குறிக்கோள்களை வரையறுத்து அவற்றை நிறைவேற்றுவதில் இருந்து விலகி, கல்லூரிப் பட்டம் பெறலாம், நாவல் எழுதலாம், நீண்ட தூர ஓட்டப் பந்தயத்தில் ஓடலாம், தொழில் ரீதியாக முன்னேறலாம். மைக்கேல் டி மாண்டெய்ன், "மனிதனின் சிறந்த மற்றும் சிறந்த நிகழ்ச்சி-ஸ்டாப்பர் பகுத்தறிவுடன் வாழ்வது."

இந்த வழிகளில், நமது கண்ணோட்டத்தை சரிசெய்து, இப்போது நம்மிடம் இருப்பதைக் கொண்டு மகிழ்ச்சியாக இருப்பதைத் தேர்ந்தெடுப்பதன் மூலம், வாழ்க்கையை நோக்கிய நிறைவு உணர்வை விரிவுபடுத்தலாம், இது நமது பேரின்ப உணர்வை மேம்படுத்துகிறது. இதன் விளைவாக, நாம் நமது அதிர்ஷ்டத்தை நினைவில் கொள்ள வேண்டும். கூடுதலாக, இப்போது புத்திசாலித்தனமாக வாழ்வதில் ஆன்மாவை எவ்வாறு பூஜ்ஜியமாக்குவது என்பதைக் கண்டுபிடிக்க வேண்டும். மகிழ்ச்சி, நீரோட்டம், அன்பு, தோழமை, முக்கியத்துவம் மற்றும் பகுத்தறிவு ஆகியவற்றால் நமது அனுபவங்களை நிரப்புவதன் மூலம், தினசரி வழக்கமான நிறைவுக்கான அளவைப் பெறலாம்.

8

விரக்தி

துரதிர்ஷ்டம் அவநம்பிக்கையைத் தூண்டுகிறது. மேலும், சோகம் என்பது மன வேதனையாகவும், சகிப்புத்தன்மையாகவும், வலி, விரக்தி, மன வேதனையாகவும் தோன்றுகிறது. துரதிர்ஷ்டத்தின் மிகவும் குறிப்பிடத்-தக்க வகை ஒரு நண்பர் அல்லது குடும்ப உறுப்பினரின் மரணம். மனச்-சோர்வை ஏற்படுத்தக்கூடிய பல்வேறு வகையான வேதனைகளின் ஒரு பகுதி தனித்தனி, வேலைவாய்ப்பைக் குறைத்தல், செல்லப்பிராணியின் இறப்பு, தோழமையின் முடிவு அல்லது பணப் பாதுகாப்பு இழப்பு.

துரதிர்ஷ்டம் ஒருவரின் சுயமரியாதை மற்றும் வாழ்க்கை முறையை அடிக்கடி மாற்றுகிறது. உதாரணமாக, ஒரு நபர் பணிநீக்கம் செய்யப்பட்-டால், கேள்விக்குரிய நபர் தனது ஆளுமையை இழக்கிறார் (பாத்திரம் வேலையுடன் இணைக்கப்பட்டதாகக் கருதினால்), நிலை, தொடர்புடைய இணைப்புகள் மற்றும் அட்டவணை. வேதனை என்பது பொதுவானது - ஒவ்வொருவரும் தங்கள் வாழ்க்கையின் போக்கில் குறைந்தது ஒரு சோகத்தையாவது சந்திக்கிறார்கள். ஆக, வேதனை என்பது மனித நிலையின் வெளிப்பாடு.

துன்பம் கூடுதலாக தனிப்பட்டது. தனிநபர்கள் தோல்விக்கு தனித்-தனியாக பதிலளிக்கின்றனர். சில நபர்கள் கோபமாக இருக்கிறார்கள், தங்கள் எரிச்சலை முட்டாள்தனமாக வெளிப்படுத்துகிறார்கள், மேலும் பெரும்பாலும் தங்கள் வாழ்க்கை துணையிடம் கத்துவார்கள். சில நபர்-கள் அதிக அளவு மது அல்லது சட்டவிரோத மருந்துகளை உட்-கொள்வதன் மூலம் துன்புறுத்துவதையும் சகித்துக்கொள்வதையும் தவிர்க்-

கின்றனர். மற்றவர்கள் தங்கள் வாழ்க்கையை பரபரப்பிற்காக அர்ப்பணிக்கிறார்கள். புலம்புவதற்கு ஏதேனும் ஒரு சந்தர்ப்பத்தில் முதலீடு செய்வதற்குப் பதிலாக, தனிமனிதன் தன்னை வேலைக்கு அர்ப்பணிக்கிறான். எப்படியிருந்தாலும், மற்றவர்கள் மந்திரித்த பகுத்தறிவுடன் ஆக்கிரமிக்கப்பட்டுள்ளனர், இது ஒரு வகையான நியாயமற்ற சிந்தனையாகும், அங்கு ஒரு நபர் ஏதோ ஒரு அடிப்படை விளக்கத்திற்காக ஏதோ நிகழ்ந்ததாக ஏற்றுக்கொள்கிறார்.

நடமாடும் இனங்கள். மனக்கசப்பு, பணிநீக்கம், சீர்குலைவு போன்ற எண்ணற்ற உணர்வுகளை தனிநபர் தொடர்பு கொள்கிறார். தனிநபரின் துக்கம் தீர்ந்துவிடவில்லை, தனிமனிதன் தன் வாழ்க்கைக்கு என்ன அர்த்தம் என்பதைப் பார்க்காமல் புறக்கணிக்கிறான்.

நினைவிடவாதி. வெளியேற்றப்பட்ட தனிநபர்கள் காலாவதியானவர்களின் நினைவகத்தைப் பாதுகாப்பதில் தங்கள் நேரத்தையும் சக்தியையும் மையமாகக் கொண்டுள்ளனர், எடுத்துக்காட்டாக, அவரது உணர்வுகளுக்கு வேலைப்பாடு செய்வது, ஒரு அடையாளத்தை உருவாக்குவது, ஒரு சொனட்டை உருவாக்குவது மற்றும் வசனங்களை இயற்றுவது.

இயல்பாக்குபவர். புலம்பும் நபர், குடும்பம், தோழர்கள், குறிப்பிடத்தக்க பிறர் அல்லது உள்ளூர் பகுதியுடனான சமூகப் பிணைப்பைப் பேணுவதில் அல்லது வலுப்படுத்துவதன் மூலம் கேள்விக்குரிய நபர் இழந்ததை மாற்ற முயற்சிக்கிறார்.

கருத்து வேறுபாடு கொண்டவர். புலம்பும் நபர், மற்றவர்களுக்கு உதவுவதற்காக அவர்களின் நுண்ணறிவைப் பயன்படுத்துவதன் மூலம் துரதிர்ஷ்டத்திலிருந்து முக்கியத்துவத்தைக் கண்காணிக்கிறார்.

தேடுபவர். புலம்பும் நபர் தனது துரதிர்ஷ்டத்தைப் புரிந்து கொள்ள வெளியே பார்க்கிறார். தனிநபர் அடிக்கடி இருத்தலியல் பதற்றத்தை சந்திக்கிறார். அவர்களின் விசாரணைகளுக்கு பதிலளிக்க, தனிநபர் நம்பிக்கை, பகுத்தறிவு மற்றும் வேறு உலகத்திற்கு செல்கிறார்.

துன்பம் ஒருவரின் உயிரை விட்டுப் பிரியும் காலம் இல்லை. சில நபர்கள் ஓரிரு நாட்கள் அல்லது வாரங்களுக்கு புலம்புகின்றனர்; மற்றவர்கள் நீண்ட காலமாக துரதிர்ஷ்டத்தை அனுபவிக்கிறார்கள். சிலருக்கு பகலில் மூடுபனி போல் துக்கம் மறைந்துவிடும். வலியை அனுபவிக்கும் ஒவ்வொரு தனிநபரும் அந்த இடைவெளியில் இருந்து வெளிவருவது அவர்களின் குறிப்பிட்ட முறையில் பார்க்க வேண்டும். புலம்பும் நபர்

அடிப்படை ஊக்கத்திற்காக தோழர்களிடம் செல்கிறார். ஆறுதலையும் ஆறுதலையும் அளிக்கும் ஒரு நம்பிக்கையான தோழனுடன் அவர்கள் தங்கள் சோகத்தைப் பகிர்ந்து கொள்கிறார்கள். மற்றவர்கள் நம்பிக்கையில் சாய்ந்துள்ளனர். துரதிர்ஷ்டம் குறித்த அவர்களின் விசாரணைகளுக்குப் புலம்பும் நபர் பதிலளிப்பார், ஆறுதலைக் கண்டுபிடித்தார், மேலும் புனித எழுத்துக்களைப் படிப்பதன் மூலம் துரதிர்ஷ்டத்தை எவ்வாறு அங்கீகரிப்பது என்பதைக் கண்டுபிடிப்பார், மதகுருவுடன் உரையாடுகிறார், கடவுளிடம் மன்றாடுகிறார்.

ஒருவரின் உயிரை விட்டுப் பிரிவதற்கு வலிக்கு காலம் இல்லை. சில நபர்கள் ஓரிரு நாட்கள் அல்லது வாரங்களுக்கு புலம்புகின்றனர்; மற்றவர்கள் நீண்ட காலமாக துரதிர்ஷ்டத்தை அனுபவிக்கிறார்கள். சிலருக்கு பகலில் மூடுபனி போல் சோகம் மறைந்துவிடும். மனச்சோர்வை அனுபவிக்கும் ஒவ்வொருவரும் குழியிலிருந்து திரும்பும் தங்கள் குறிப்பிட்ட முறையைப் பார்க்க வேண்டும். புலம்பும் நபர் அன்றாட ஊக்கத்திற்காக தோழர்களிடம் செல்கிறார். ஆறுதல் மற்றும் ஆறுதல் அளிக்கும் ஒரு நம்பிக்கையான தோழனுடன் அவர்கள் தங்கள் வலியைப் பகிர்ந்து கொள்கிறார்கள். மற்றவர்கள் நம்பிக்கையில் சாய்ந்துள்ளனர். துரதிர்ஷ்டம் தொடர்பான அவர்களின் விசாரணைகளுக்குப் புலம்பும் நபர் பதிலளிப்பார், ஆறுதலைக் கண்டுபிடித்தார், மேலும் புனித நூல்களைப் படிப்பதன் மூலம் துரதிர்ஷ்டத்தை எவ்வாறு அங்கீகரிப்பது என்பதைக் கண்டுபிடிப்பார், அமைச்சருடன் உரையாடுகிறார், கடவுளிடம் மன்றாடுகிறார்.

கைவினைத்திறன் கூடுதலாக துன்பத்தை நிர்வகிப்பதற்கான ஒரு பிரபலமான நுட்பமாக மாறியுள்ளது. பல தனிநபர்கள் ஒரு வகை சிகிச்சையாக வேலைத்திறனை நாடுகின்றனர். உளவியல் நல்வாழ்வு நிபுணர்கள் கூடுதலாக கைவினைத்திறன் சிகிச்சையை போரிடுவதற்கும் துன்பத்திலிருந்து மீள்வதற்கும் ஒரு சிகிச்சையாக பயன்படுத்துகின்றனர். வேலைத்திறன் சிகிச்சைகளின் வகைப்படுத்தல் உள்ளது, எடுத்துக்காட்டாக, சேற்றால் ஒரு துன்பத்தை மூடுவது; உங்கள் உணர்வுகள், பரிசீலனைகள், நினைவுகள், மனச்சோர்வின் சந்திப்புகள் ஆகியவற்றை வரைதல் அல்லது சித்தரித்தல்; அல்லது அழிந்து போனவர்களின் நினைவை ஒரு ஸ்கிராப்புக் உருவாக்குதல்; படங்களை சேகரித்தல் மற்றும் புகைப்பட சேகரிப்பை உருவாக்குதல்.

மற்றவர்கள் தங்கள் பேனாவை காகிதத்தில் வைத்து, தங்களின் சிந்தனைகள், உணர்வுகள், சந்திப்புகள் மற்றும் இழந்த நினைவுகளை துயரத்தின் நாட்குறிப்பில் பதிவு செய்கிறார்கள். ஒரு ஆலோசகருடன் உங்கள் மோசமான நிலைக்கு அனுதாபம் காட்டுவது போல் இசையமைப்பது மிகவும் உற்சாகமாக இருக்கும்.

சைக்கிள் ஓட்டுதல் அல்லது நீச்சல் போன்ற சோர்வு தரும் செயல்களில் பங்கேற்கின்றனர் . உண்மையான உடற்பயிற்சி அழுத்தத்தை குறைக்கும் மற்றும் சீற்றத்தின் உணர்வுகளை அகற்ற உதவுகிறது. பலர் யோகா மற்றும் சிந்தனையைக் கட்டிப்பிடிக்கின்றனர் . இந்த பிற உலக நடைமுறைகள் ஆன்மாவை அமைதி மற்றும் மன அழுத்தத்திலிருந்து அழிக்கின்றன.

பெரும்பாலானவர்கள் துரதிர்ஷ்டத்தைத் தாங்கிக் கொள்ள அனுமதிக்காமல், பெரும்பாலும் வேலை செய்யாமல், அதில் கவனம் செலுத்துவார்கள். இது ஒரு தனிநபராக இல்லாத ஒரு வெறித்தனமான தொழிலாளிக்கு அடிக்கடி பொருந்தும், வேடிக்கை மற்றும் தீவிரமான செயல்பாடுகளுக்கு இடையிலான சமநிலை.

மற்றவர்களுக்கு, சோகம் அவர்களை சோர்வடையச் செய்யலாம். பிரச்சனையின் குழியிலிருந்து தப்பிக்க, இந்த நபர்களுக்கு ஆண்டிடிரஸண்ட்ஸ் மற்றும்/அல்லது பேச்சு சிகிச்சை தேவை.

மனச்சோர்வு மனித நிலைக்கு முக்கியமானது. துன்பத்திலிருந்து நாம் ஒருபோதும் தப்ப முடியாது. நம் மதிப்புமிக்க வாழ்வின் நிழலில் துன்பம் மறைக்கப்பட்டுள்ளது, இனி நாம் நம்பத் துணியாதபோது நம்மைத் தாக்குவதற்கு நிற்கிறது. துரதிர்ஷ்டத்திற்காக நாம் எவ்வளவு தொகையை அமைத்துக் கொண்டாலும், மோசமான துரதிர்ஷ்டத்தால் ஏற்பட்ட மோசமான மற்றும் அனுபவத்திலிருந்து மீண்டு வர அனுமதிக்காமல், சோகத்தின் அடிகளிலிருந்து அல்லது தோற்கடிக்கப்பட்ட துயரங்களிலிருந்து நம்மை முழுமையாகக் காத்துக் கொள்ள முடியாது.

9

நேராக

ஒரு பொதுவான நபர் மாசற்றவர், மனச்சோர்வடையாதவர் அல்லது உண்மையில் இயலாமை என்று பல நபர்கள் ஏற்றுக்கொள்வதை நான் ஏற்றுக்கொள்கிறேன். குடும்பம் மற்றும் உள்ளூர் பகுதிக்கான அன்பு, மரியாதை மற்றும் வாய்ப்பு போன்ற "மனித நிலையை" சிலர் தழுவுவது இயல்பானது என்பதை நான் ஏற்றுக்கொள்கிறேன். மேலும் அவர்கள் முன்னேற்றம், நல்லிணக்கம், திருப்தி மற்றும் பேரின்பம் - - மற்றும் வேதனை மற்றும் சோர்வு ஆகியவற்றிலிருந்து விடுபட விரும்புகிறார்கள். எது இயல்பானது என்று கேட்கும்போதெல்லாம், பெரும்பாலானவர்கள் வழக்கம் போல் வணிகத்தை நிலைநிறுத்தும் பதிலை வழங்குகிறார்கள், வழக்கமான நுண்ணறிவு மற்றும் கூட்டத்தின் மனநிலை.

ஒரு தனிநபரின் வாழ்க்கையை வழக்கமான மற்றும் குறிப்பிடத்தக்கதாக மாற்றுவதைக் கண்டுபிடிக்கும் கலாச்சாரம். சமூகவியலாளர்கள் இதை "சமூக சார்பியல்" என்று குறிப்பிடுகின்றனர். இது செல்லுபடியாகும் மற்றும் "வழக்கமான அல்லது கவர்ச்சியானது" ஒரு தனிநபர் வாழும் வாழ்க்கை முறையைக் குறிக்கிறது. ஒரு தனிநபரின் குணங்கள், மனநிலைகள், நம்பிக்கைகள், நடத்தை, வடிவமைப்பு, குறிக்கோள்கள், கனவுகள் மற்றும் பலவற்றை அந்த நபர் வாழும் வாழ்க்கை முறையைப் பொறுத்து மற்றவர்கள் உணர வேண்டும் என்ற மதிப்பீடு மற்றும் கருதுகோள். பண்பாடு ஒரு தனிநபரை சமூக ரீதியாக மாற்றியமைக்கும் குணங்கள், நம்பிக்கைகள், ஏற்றுக்கொள்ளப்பட்ட நடைமுறைகள், சட்டங்கள் மற்றும் கோரிக்கைகளை ஏற்றுக்கொள்கிறது. மேலும், நல்லது

மற்றும் கெட்டது, ஒழுக்கம் அல்லது வெட்கமற்ற, கவர்ச்சிகரமான அல்லது தேவையற்ற பகுத்தறிவு கலாச்சாரத்துடன் இணைக்கப்பட்டுள்ளது. உதாரணமாக, பெரும்பாலான இஸ்லாமிய நாடுகளில், பெண்கள் தங்கள் தோற்றத்தையும் உடலையும் ஒரு ஆடையால் மறைக்க நம்பியிருக்கிறார்கள். முக்காடு அணியாதது தவறான செயல் மற்றும் முரட்டுத்தனம். ஆயினும்கூட, மேற்கத்திய பெரும்பான்மை விதி முறைகளில், "முக்காடு" அணியும் பெண்கள் அடிக்கடி தவறாக நடத்தப்பட்டவர்களாகவும், இணக்கமானவர்களாகவும், தலைகீழாக, மற்றும் போரிஷ்களாகவும் பார்க்கப்படுகிறார்கள்.

குடும்பம், பள்ளி, மதம், காவல்துறை மற்றும் ஒட்டுமொத்த சட்டங்கள், பரந்த தகவல்தொடர்புகள் போன்ற பகிரப்பட்ட பண்புகளை வகைப்படுத்த உதவும் பல சங்கங்கள் உள்ளன. ஒரு குடும்பத்தில், சாதாரணமான அல்லது தேவையற்றது எது சரியானது மற்றும் என்ன நடக்கிறது என்பதை குழந்தைகள் தங்கள் மக்களிடமிருந்து பெறுகிறார்கள். ஒரு சாதாரண குடும்பத்தில், ஒரு இளைஞன் ஏதாவது தவறு செய்தால், சம்பந்தப்பட்ட நபர் மறுக்கப்படுவார். கல்வி முறையானது வெளிப்படையான குணங்கள், தகவல் மற்றும் நடத்தை ஆகியவற்றை எடுத்துக்கொள்வதற்கு படிப்பினை ஒருங்கிணைக்கிறது. பள்ளி வளாகத்தில் படிக்கும் ஒருவர் மேலும் ஒரு குழந்தையை அடிக்கிறார் என்று வைத்துக் கொண்டால் , அந்த நபர் அடிக்கடி கண்டிக்கப்படுவார் அல்லது தலையால் நிராகரிக்கப்படுவார். கல்வியாளரிடம் "ஃபக் ஆஃப்" என்று சொல்வது போன்ற முரட்டுத்தனமான வார்த்தைகளை ஒரு படிப்பறிவாளர் பயன்படுத்துகிறார் என்று கருதினால், கேள்விக்குரிய நபர் பொதுவாக இடைநீக்கத்தால் நிராகரிக்கப்படுவார். குழுவைக் காட்டிலும் "எதிர்பாராத வகையில்" கடினமான படிப்பை வெவ்வேறு கீழ்நிலை மாணவர்கள் பார்க்கிறார்கள். எல்லா மதங்களும் தங்களின் கூட்ட தார்மீக நெறிமுறைகளைக் காட்டுகின்றன, மேலும் நீங்கள் கொலை செய்யவோ, துரோகம் செய்யவோ, பொய்யாகவோ அல்லது எடுக்கவோ கூடாது. பொலிஸ் அதிகாரம் சட்டத்தின் ஆட்சியை அங்கீகரிக்கிறது. ஒரு நபர் சட்டத்தை மதிக்கவில்லை என்று கருதினால், அந்த நபர் கிரிமினல் குற்றம் சாட்டப்படுவார். தவறு குறிப்பிடத்தக்கதாக இருக்கும் பட்சத்தில், குற்றம் சாட்டப்பட்டவர்கள் கைத்துப்பாக்கி மூலம் பணத்தை மிச்சப்படுத்தியதாகக் கருதினால், ஒரு பூர்வாங்கம் நிகழும் வரை அந்த நபர் ஸ்லாமரில் பூட்-

டப்படுவார். நீதிமன்றங்கள் அவை "சரி" மற்றும் "தவறு", "சாதாரண" அல்லது "விதிவிலக்கு" என்பதைத் தீர்மானித்து, குற்றத்தின் குற்றவாளி-களை தண்டிக்கும்.

நாங்கள் ஒட்டுமொத்தமாக ஒரு மேகமூட்டமான பக்கம் அல்லது நிழலைப் பரிந்துரைக்கிறோம். இந்த வழியில், நம்மில் ஒரு தனி நபர் "சாதாரண" இல்லை. யாரையாவது கடுமையான ஆபத்தில் வையுங்கள் - அவர்களின் பயங்கரமான அச்சங்கள் அல்லது விரும்பத்தகாத உந்து-தல்கள் வெளிவரும். உதாரணமாக, நிலையான ஆண்கள் சர்ச்சையின் மத்தியில் கொடூரமான செயல்களைச் செய்கிறார்கள். இது ஒட்டுமொத்த-மாக நம்மிடம் உள்ள "பொல்லாத செயல்" என்று சிலர் வாதிடுவார்கள். வெறுக்கத்தக்க ஆர்ப்பாட்டங்களைச் சமர்ப்பிப்பதற்கும், அதில் ஆர்வம் காட்டாமல் இருப்பதற்கும் நாங்கள் தொடர்புடையவர்களாக இருக்கலாம். நமது தகவமைக்கப்பட்ட மனநிலைகள் நமது பெரிய மற்றும் பயங்கரமான நம்பிக்கைகள் மற்றும் நமது செயல்பாடுகளை வடிவமைக்கின்றன. "எதி-ரியை வெறுக்க" பரந்த தகவல்தொடர்புகள் மூலம் நாங்கள் இணைந்-துள்ளோம். வெறுமனே போராட்டததில் பங்கேற்கவும். எப்படியிருந்தா-லும், கொலை எல்லா நேரத்திலும் சட்டப்பூர்வமாக்கப்படுகிறது.

எப்போதாவது நினைத்துப் பார்க்கையில், ஹிரோஷிமாவில் ஏ-குண்டை அமெரிக்கர்கள் என்ன செய்தார்கள் என்பது எனக்கு நினை-விருக்கிறது. நீண்ட காலமாக, தற்போதைய மனிதனின் மிகவும் இரக்-கமற்ற ஆர்ப்பாட்டங்களில் இந்தச் செயலையும் நான் ஏற்றுக்கொள்-கிறேன். அதேபோல், மேற்கத்திய நாடுகளில் உள்ள அனுபவங்களின் தொகுப்பைப் படிக்கவும், குற்றமற்ற நபர்களைக் கொல்வதற்கான "சட்-டப்பூர்வமயமாக்கல்"களைப் படிக்கவும். நிராகரிப்பதற்கான விருப்பத்தை புறக்கணிப்பது மற்றும் வற்புறுத்தலுடன் விட்டுக்கொடுப்பதற்கான மற்-றொரு முறையைக் கண்காணிப்பது ஒரு அசாதாரணமான ஆர்ப்பாட்-டமாகும். பொது அதிகாரம் மற்றும் பரந்த தகவல்தொடர்புகள் எந்த செலவிலும் உறுதியான நேர்மறை ஆற்றலை உருவாக்குகின்றன. பகை-வர் மீதான வெறுப்பு "புதிய தரமாக" மாறும். ஆயினும் அது எந்த நேரத்திலும் பயனுள்ளதாக இருந்ததா? வாய்ப்பு இல்லை. அதனால்தான் இரண்டாம் உலகப் போரில் இருந்து அணுகுண்டு வீசப்படவில்லை . அமைதியான ஏற்பாடுகளைக் கண்காணிக்க ஆண்கள் விதிவிலக்கான ஏற்பாடுகள் மற்றும் நடத்தைகளில் பின்வாங்க வேண்டும்.

ஒட்டுமொத்தமாக எங்களுக்கு ஒரு பொது குணமும் தனிப்பட்ட குணமும் இருப்பதை நான் ஏற்றுக்கொள்கிறேன். "பொது வாழ்க்கை மேடையில்", பணியிடத்தில், குடும்ப சமூக விவகாரங்களில், தேவாலயத்தில், வாகனம் ஓட்டுதல் போன்றவற்றில் பொதுத் தன்மையைக் காட்டுகிறோம். "அலுவல்களின் நிலை", ஏற்றுக்கொள்ளப்பட்ட நடைமுறைகள், போன்றவற்றின் மூலம் நமது பொதுக் குணம் அதிகமாக உள்ளது. சமூகத்தின் சட்டங்கள். தோழர்கள், குடும்பம் மற்றும் அன்பானவர்கள் போன்ற நாம் நம்பும் நபர்களுக்கு எங்கள் சொந்த குணாதிசயம் வழங்கப்படுகிறது. இது நமது "மேகங்கள் நிறைந்த பக்கம்" அல்லது "நிழல்" ஆகும், இது பிரச்சனை, போராட்டம், மன அழுத்தம் அல்லது சிரமத்தின் போது வெளிப்படும் சில தொந்தரவான குணாதிசயங்கள், உதாரணமாக, ஒரு நபர் தனது வேலையை இழந்து கோபமடைந்து அல்லது தீவிரமாக குடிக்கத் தொடங்கும் போது. தீர்க்கப்பட வேண்டிய பிரச்சினை.

10

இருத்தலியல் பற்றிய கவலை

இருத்தலியல் என்பது சுதந்திர விருப்பம், தேர்வு மற்றும் தனிப்பட்ட பொறுப்பு ஆகியவற்றின் மூலம் வாழ்க்கை மற்றும் சுயத்தின் அர்த்தத்தையும் நோக்கத்தையும் கண்டுபிடிப்பதில் அக்கறை கொண்ட ஒரு தத்துவமாகும். நமக்குத் தேர்ந்தெடுக்கும் சுதந்திரம் உள்ளது, ஆனால் சமூகத்தால் விதிக்கப்பட்ட மதிப்புகள் மற்றும் ஒழுக்கங்கள் மனதில் மோதலை ஏற்படுத்துகின்றன. ஆக, வானத்தில் பறக்கும் ஆரவாரம் போல் நாம் சுதந்திரமாக இல்லை.

இருப்பு சாரத்திற்கு முந்தியது. வேறு வார்த்தைகளில் கூறுவதானால், ஒவ்வொரு நபரும் வேலை, ஓய்வு, பாலினம், காதல், குடும்பம், நம்பிக்கை, ஆன்மீகம், கருக்கலைப்பு, மரண தண்டனை, கருணைக்கொலை மற்றும் பலவற்றைப் பற்றிய தனது சொந்த மதிப்புகளை தீர்மானிக்கிறார், மேலும் ஒவ்வொரு நபரும் தனது சொந்த ஒழுக்கத்தை வரையறுக்கிறார். எது சரி அல்லது தவறு, எது தார்மீக அல்லது ஒழுக்கக்கேடான, எது நல்லது மற்றும் கெட்ட நடத்தை. இது கடவுளின் பரிசாக வழங்கப்படவில்லை.

ஒவ்வொரு தனிமனிதனும் குடும்பம், மதம், வெகுஜன ஊடகங்கள், சட்டம் மற்றும் ஒழுங்கு ஆகியவற்றால் ஒழுக்கத்தின் ஒரு குறிப்பிட்ட வரையறையை ஏற்றுக்கொள்ள சமூகமயமாக்கப்பட்டுள்ளனர். எதை ஏற்க வேண்டும் அல்லது புறக்கணிக்க வேண்டும் என்பதை ஒவ்வொரு-

வரும் தானே தீர்மானிக்கிறார்கள். ஒரு நபர் பிறக்கும்போது, அவருக்கு சுய, அடையாளம், மதிப்புகள் இல்லை. அவை சமுதாயத்தில் வாழ்வ-தன் மூலம் பெறப்படுகின்றன.

நாம் இறக்கும் போது, நமது உடல்கள் சிதைந்து காற்றில் தூசியாக மாறும். ஆன்மா என்றென்றும் வாழ்கிறதா? "சுய" உணர்வு வாழ்கிறதா? அல்லது, மீண்டும் பிறந்தோமா? அல்லது, இருப்பு, வெறுமை - நினை-வகம், உணர்வு, உணர்வு, பார்வை, வாசனை, சுவை, தொடுதல், கேட்-டல் இல்லையா? பூஜ்யமாக மட்டுமா?

வாழ்க்கை மகிழ்ச்சியின் விரைவான தருணங்களுடன் பின்னிப் பிணைந்துள்ளது. வாழ்க்கை என்பது இன்பம், பாலுறவு, சாராயம், போதைப்பொருள், அசிங்கம். வாழ்க்கை ஒரு ஓட்டம். வெற்றியும் சாதனையும்தான் வாழ்க்கை. வாழ்க்கை தடைகள் மற்றும் தடைகள் நிறைந்தது. வாழ்க்கை ஒரு போராட்டம். வாழ்க்கை சிறியது. அதன் பிறகு எதுவும் இல்லை என்றால், அதை அனுசரித்து அடைய போரா-டுவது மதிப்புக்குரியதா?

11

அது என்ன

நம்முடைய சொந்த வாழ்க்கையையும் மற்றவர்களையும் கட்டுப்படுத்த முயற்சிக்கும் சக்தியை நாம் அடிக்கடி வீணடிக்கிறோம். தெளிவற்ற எதிர்காலத்தை நாங்கள் வலியுறுத்துகிறோம். நாங்கள் எங்கள் சொந்த வாழ்க்கையில் கோரிக்கையை வைக்க முயற்சிக்கிறோய், மேலும் நாம் எதிர்பார்த்தபடி மற்றவர்கள் செயல்பட வேண்டும். உண்மை என்னவென்றால், ஆச்சரியம் பொதுவாக அன்றாட வாழ்வில் நிகழ்கிறது. வாழ்க்கையின் உண்மை என்னவென்றால், நம் ஒவ்வொருவருக்கும் நம் சொந்த விருப்பங்களில் குடியேறவும், நாம் விரும்பியபடி நடக்கவும் வாய்ப்பு உள்ளது. பலர் பொதுவாக தங்களுக்குத் தேவையானதைச் செய்ய முயற்சி செய்கிறார்கள் - அவர்கள் சிகிச்சை, ஒழுக்கம் அல்லது தற்செயலான விளைவை பயமுறுத்துவதைத் தவிர.

12

இணக்கமாக வாழ்கின்றனர்

பல எதிர்பாராத சந்தர்ப்பங்களும் தனிப்பட்ட சந்திப்புகளும் நமது உள்ளான நல்லிணக்க உணர்வைக் குறைமதிப்பிற்கு உட்படுத்துகின்றன. உதாரணமாக, ஒரு நண்பர் அல்லது குடும்ப உறுப்பினரின் திடீர் மரணம், எதிர்பாராத வேலை துரதிர்ஷ்டம், பணச்சுமையால் அழுத்தம், துணையுடன் சண்டையிடுதல், உண்மையிலேயே நோய்வாய்ப்பட்டிருப்பது, பைத்தியம் பிடித்தது போல் வாகனம் ஓட்டுதல் , நுழைவாயிலைத் திறக்க அனுமதிக்கும் ஒற்றைப்படையின் சாராம்சம் - இந்த சந்தர்ப்பங்கள் ஒரு அமைதியான மூளையை அமைதியான, அமைதியான ஏரியாக மாற்றும், கடலைப் போன்றது. நாம் தொந்தரவு செய்யும் போதெல்லாம், நமது முன்னோக்கு அமைதியாக இருக்கும், மேலும் அமைதிக்கு பதிலாக பதட்டம், பயம், சீற்றம் மற்றும் அதிருப்தி கூட இருக்கும்.

உள் நல்லிணக்கத்தின் முன்னேற்றம் உள்ளே இருந்து வருகிறது - உள் நல்லிணக்கத்தின் முன்னோக்கு - அமைதி மற்றும் சமநிலை மற்றும் கட்டுப்பாடு. நாம் ஒவ்வொருவரும் நல்லிணக்கத்துடன் வாழ்வதற்கான ஒரு தேர்வில் தீர்வுகாண வேண்டும், பின்னர் அமைதியான முன்னோக்கை உருவாக்கி வைத்திருப்பதை மையமாகக் கொள்ள வேண்டும்.

உலக நல்லிணக்கம் மற்றும் பாதுகாப்பு அல்லது உலகளாவிய மோதலுக்கு நம்பத்தகுந்த ஆபத்துகள் உள்ளன. உலக வரலாற்றின் எந்தக் குறுக்கு வழியில், சிலருக்கு, பொதுவான மோதல், நெடுஞ்சாலைச்

சண்டை, அடிப்படை சுதந்திர மறுப்பு, அழிவு, சர்வாதிகார அரசுகள் தங்கள் சொந்த குடியிருப்பாளர்களை அச்சுறுத்துவது, அணு மோதல்கள் மற்றும் மனிதகுலத்தின் அழிவு மற்றும் பிற்பகுதியில், மதவெறி வாக்கு அடிப்படையிலான அமைப்பு, சந்தைப் பொருளாதாரம், வாய்ப்பு மற்றும் சமபங்கு ஆகியவை எதிரியாக மாறிய தனிநபர்களின் . இந்த ஆபத்துகள் மற்றும் மோதல்கள் மனிதகுலத்தின் ஆன்மாவில் சீற்றம், வெறுப்பு, சந்தேகம், அமைதியின்மை மற்றும் அச்சத்தை ஏற்படுத்துகின்றன. இந்த ஆபத்துகள் மற்றும் மோதல்கள் பொதுமைப்படுத்தல்கள், சார்பு மற்றும் தப்பெண்ணங்களைத் தூண்டும்.

ஒற்றுமையாக வாழ்வதில் பல நன்மைகள் உள்ளன. பின்வருபவை மூன்று: முதலில், நல்லிணக்கம் என்பது நமது பிற உலக இயல்பை வளர்ப்பதற்கு நாம் பயன்படுத்தும் ஒரு செயலாகும். இரண்டாவதாக, அமைதியான வாழ்க்கை நம் வாழ்வின் நிறைவு, பேரின்பம் மற்றும் செழிப்பு ஆகியவற்றை மேலும் மேம்படுத்துகிறது. மூன்றாவதாக, உலகெங்கிலும் உள்ள காரணங்களை ஆதரிப்பதும், போராடுவதற்குப் பதிலாக நல்லிணக்கத்தை முன்னெடுத்துச் செல்லும் முன்னோடிகளும் உலகை அணு அழியும் நிலைக்குத் தள்ளும்.

நல்லிணக்கத்துடன் வாழ நாம் ஒவ்வொருவரும் ஒரு அமைதியான மனநிலையை வளர்த்துக் கொள்ள வேண்டும், பழிவாங்கல் அல்ல, உலக நல்லிணக்கத்தைத் தழுவ வேண்டும், போரை அல்ல. "Tit for tat உலகம் முழுவதையும் பார்வையற்றவர்களாக ஆக்குகிறது" என்று காந்தி ஒருமுறை கூறினார்.

13

நகைச்சுவை

நகைச்சுவை என்பது ஒரு புன்னகை, வேடிக்கை அல்லது சிரிப்பைத் தூண்டும் எதுவும். எல்லா இடங்களிலும் நகைச்சுவையைக் காண்கி-றோம். கொழுத்த ஆணும் மெலிந்த பெண்ணும் கைகளை நீட்டிக்-கொண்டு நடக்கிறார்கள். தொட்டிவில் பன்றியைப் போல ஒருவர் இரவு உணவு சாப்பிடுகிறார். நீங்கள் ஆபாசத்தில் உடலுறவில் ஈடுபடுவதை உருவமற்றவர்கள் பார்க்கிறார்கள். நகைச்சுவை கிளப்பில் யாரோ ஒரு ஆபாசமான நகைச்சுவையைக் கேட்கிறார்கள். நமது முட்டாள்தனத்தைப் பார்த்து சிரிக்கிறோம். நகைச்சுவை எல்லா இடங்களிலும் உள்ளது.

நகைச்சுவை சிறந்த மருந்து மற்றும் வாழ்க்கையை அனுபவிக்க எளிதான வழி. இது வாழ்க்கையின் எளிய இன்பங்களில் ஒன்றாகும். இது விரும்பிய ஆளுமைப் பண்பும் கூட. வாழ்க்கையை எப்போதும் சீரியஸாக எடுத்துக் கொள்ளாத, வேடிக்கையான நபர்களை அவர்கள் விரும்புகிறார்கள் என்று பெரும்பாலான மக்கள் உங்களிடம் கூறுவார்-கள். இருப்பினும் அனைவருக்கும் நகைச்சுவை இல்லை. பெரும்பாலா-னவர்களுக்கு வாழ்க்கையையோ, தங்களைப் பார்த்து எப்படி சிரிப்பது என்றோ தெரியாது.

நம்மை சிரிக்க வைப்பது எது? இது சார்ந்துள்ளது. நகைச்சுவை என்பது அகநிலை. வேறு வார்த்தைகளில் கூறுவதானால், ஒரு நபரை சிரிக்க வைப்பது தனிப்பட்ட ரசனையை அடிப்படையாகக் கொண்டது, இது ஒழுக்கம், விதிமுறைகள், மதிப்புகள், கலாச்சாரம், கல்வி, மதம் மற்றும் பலவற்றால் பாதிக்கப்படுகிறது. நான் அதை வேடிக்கையாக

நினைத்தேன், நீங்கள் செய்யாமல் இருக்கலாம். நீங்கள் அதை ஏன் கேலிக்குரியதாகக் கண்டீர்கள், நான் இருக்காமல் இருக்கலாம்.

அதிர்ச்சி நகைச்சுவையைப் பற்றி நான் கவலைப்படுவதில்லை. நீங்கள் அதை "காமெடி கிளப்களில்" அனுபவிக்கலாம். ஸ்டாண்ட்-அப் காமிக் ஆபாசப் படங்கள், "மொத்தமான" நகைச்சுவைகள், எக்ஸ்-ரேட்டட் நிகழ்வுகள் மற்றும் பலர் வரம்பாகக் கருதும் தடை ஓவியங்களைப் பயன்படுத்தும் நகைச்சுவை வகை இது . பல ஆண்டுகளாக, அப்பா எங்கள் குடும்பத்தில் ஒரு நகைச்சுவையாக இருந்தார்.

கருப்பு நகைச்சுவை கூட எனக்கு மட்டும் அல்ல. மதம் மற்றும் மரணம் என்ற தடை செய்யப்பட்ட விஷயங்கள் மற்றும் அரசியல்வாதிகள் போன்ற தீவிரமான விஷயங்களாக பலர் பார்க்கும் விஷயங்கள் உங்களை சிரிக்க வைக்கும். மற்ற பிரபலமான கருப்பொருள்கள் செக்ஸ், நோய், மனச்சோர்வு, பாலியல் செயலிழப்பு, போர், அடிமையாதல், நோய்.

நகைச்சுவைக்கு பல நன்மைகள் உள்ளன. சிரிப்பு உங்கள் ஆரோக்கியத்தை மேம்படுத்துகிறது. இது இரத்த அழுத்தத்தை குறைக்கிறது, நோய் எதிர்ப்பு சக்தியை அதிகரிக்கிறது, வலி மற்றும் துன்பத்தை குறைக்கிறது, நம்மை ஆசுவாசப்படுத்துகிறது மற்றும் மன மற்றும் உடல் நோய்களுக்கு வழிவகுக்கும் மன அழுத்தத்தை குறைக்கிறது. நகைச்சுவை பெரும்பாலும் சிறந்த மருந்து. மன அழுத்தத்தால் பாதிக்கப்பட்டவர்களுக்கு மீண்டும் சிரிக்கக் கற்றுக்கொள்வது பிற்பகல் பேய்களுக்கு எதிரான மருந்தாகும்.

மன அழுத்தம் கொல்லும் - எனவே நகைச்சுவையை வளர்ப்பதும் பராமரிப்பதும் நோய், வேலையின்மை, பேரழிவு மற்றும் இறப்பு போன்ற வாழ்க்கையின் துன்பங்களைச் சமாளிக்கவும், அதற்கு ஏற்றவாறு மாற்றியமைக்கவும் உதவும். பில் காஸ்பி, “நகைச்சுவையின் மூலம், வாழ்க்கையின் சில மோசமான அடிகளை நீங்கள் மென்மையாக்கலாம். ஒருமுறை நீங்கள் சிரித்தால், உங்கள் நிலை எவ்வளவு வேதனையாக இருந்தாலும், நீங்கள் அதைத் தக்கவைத்துக் கொள்ளலாம்.

நகைச்சுவை நம்மை விளையாட்டாக ஆக்குகிறது மற்றும் வாழ்க்கையை சுவாரஸ்யமாக்குகிறது. இது மிகவும் திடீரென்று இருக்கவும், நமது பாதுகாப்பை விட்டுவிடவும், நமது தடைகளை விட்டுவிடவும், நமது உண்மையான நபராக மாறவும் உதவுகிறது. நகைச்சுவை என்பது

மகிழ்ச்சியின் ஒரு அங்கம். சிரிப்பு எண்டோர்பின்களை வெளியிடுகிறது, அது நம்மை நன்றாக உணர வைக்கிறது. இது நம்மை உயிர்ப்பிக்கும் மருந்து போன்றது.

பணியிடத்தில் நகைச்சுவை சக ஊழியர்களின் மன உறுதியை அதிகரிக்கிறது மற்றும் வேலையின் உற்பத்தித்திறனை மேம்படுத்துகிறது. நகைச்சுவை ஒரு உறவில் மோதலைக் குறைக்கும், நகைச்சுவைக்காக இல்லாவிட்டாலும் கடினமான, தாங்க முடியாத நேரங்களிலும் பிணைப்புகளை உருவாக்கும். நகைச்சுவை நட்பை வளர்க்கும், அந்நியர்கள் நகைச்சுவையிலிருந்து பொதுவான உணர்ச்சித் தொடர்பையும் பிணைப்பையும் கண்டறிய அனுமதிக்கிறது.

நகைச்சுவை நம் சொந்த குறைபாடுகளை அல்லது முட்டாள்தனத்தை பார்க்க வைக்கிறது. இது நம் கண்ணோட்டத்தை மாற்றவும், வித்தியாசமான, வேடிக்கையான கண்ணோட்டத்தில் விஷயங்களைப் பார்க்கவும் நம்மைத் தூண்டுகிறது.

நகைச்சுவை ஒரு கவர்ச்சியான ஆளுமைப் பண்பு. லைக் ப்ளென்டி ஃபிஷ் என்ற சமூக வலைதளத்தில் உள்ள சுயவிவரத்தைப் பார்க்கவும், பெரும்பாலான ஆண்களும் பெண்களும் நகைச்சுவை உணர்வைக் கொண்ட ஒருவரைத் தேடுவதை நீங்கள் காண்பீர்கள். இது உங்களைப் பற்றி அக்கறை கொண்ட நபரை நிராயுதபாணியாக்குவது மட்டுமல்லாமல், இணக்கமாக தொடர்பு கொள்ளவும், மன அழுத்த சூழ்நிலைகளைக் குறைக்கவும், நீங்கள் "எளிதானவர்" என்று மக்கள் உணரவும் முடியும்.

நகைச்சுவை செய்யும் திறன் நம் ஒவ்வொருவருக்கும் உண்டு. இன்னும் பலர் தங்கள் நகைச்சுவையை விட்டுவிட்டார்கள், ஒருவேளை முதுமை, நோய், கொடிய நோய். நகைச்சுவை இல்லாத, அல்லது சிரிக்காத ஒரு நபரை விட மோசமானது எதுவுமில்லை. சிரிக்க விரும்பாத அல்லது விரும்பாத நபர்களுடன் தொடர்பு கொள்ளாமல் வாழ்க்கை மிகவும் தீவிரமாக இருக்கும்.

14

அவநம்பிக்கையிலிருந்து பிரித்தல்

நம் வாழ்வில் தொடர்ந்து, நாம் துரதிர்ஷ்டத்தால் மூழ்கடிக்கப்படுகிறோம். காகிதத்தைப் படிக்கும்போது, புதிய மரணம், மத்திய கிழக்குப் பகுதியில் மோதல்கள் மற்றும் உளவியல் ஒடுக்குமுறையின் முக்கியத்துவமற்ற ஆர்ப்பாட்டங்கள் ஆகியவற்றைக் கண்டறிகிறோம். வேலைக்குச் செல்லும்போது, கட்டுப்படுத்த முடியாத கோபத்தில் இருக்கும் ஒரு மனிதனையோ அல்லது டிஸ்மிஸ் செய்யும் டிரைவர் ஒரு அடையாளமே இல்லாமல் எங்கள் பாதையில் விரைவதைப் பார்க்கிறோம்.

வானொலியில் புரவலன்கள் கொல்லப்படுவதை நாங்கள் கேட்கிறோம். வானொலியில் ஊக்கமளிக்கும் மணிநேரத்திற்கான செய்திகளைக் கேட்கிறோம் - நிதிப் பரிமாற்றச் சரிவு, மற்றொரு கொந்தளிப்பான கார்ப்பரேட் உலகத்தரம் வாய்ந்த நடுத்தர வர்க்க குற்றவாளி அல்லது யாரோ ஒரு அரசாங்க அதிகாரி போல் செயல்படுகிறார்கள்.

வேலையில், குறைந்த ஊதியம், அதிக பொறுப்பு, மேலாதிக்க மேலாளர் மற்றும் உதவியற்ற மனநிலைகள் போன்ற ஏமாற்றமடைந்த கூட்டுப்பணியாளர்களின் தொடர்ச்சியான முணுமுணுப்புகளை நாம் அடிக்கடி நிர்வகிக்க வேண்டும். அன்புக்குரியவர்கள் தங்கள் வாழ்க்கையின் அழுத்தத்தால் அதிகமாக உணர்கிறார்கள் - பில்களை மூடுவது, இளைஞர்களை வளர்ப்பது மற்றும் உண்மையில் வயதான பாதுகாவலர்களிடம் கவனம் செலுத்துவது.

இந்த சிடுமூஞ்சித்தனம் உண்மையில் நமது உணர்ச்சி ஆரோக்கியத்திற்கு சிறந்ததல்ல. இது நமது உள் அமைதியின் மீதான தாக்குதல். படங்களாலும், அவநம்பிக்கையின் எண்ணங்களாலும் ஆன்மாவை அசுத்தப்படுத்துகிறது. அது அழுத்தத்தை உண்டாக்குகிறது மற்றும் நமது செழுமையை பலவீனப்படுத்துகிறது. மிகவும் பயங்கரமானது, விரோதம் பதற்றத்தையும் அவநம்பிக்கையையும் உண்டாக்குகிறது.

அவநம்பிக்கையான நபர்களிடமிருந்து பிரித்தல். சில நபர்கள் தொடர்ந்து எல்லாவற்றையும் பற்றி சிணுங்குகிறார்கள் அல்லது மற்றவர்களை தொடர்ந்து ஆராய்கின்றனர். இந்த சிடுமூஞ்சித்தனம், வாழ்க்கையைப் பற்றிய நமது உத்வேகக் கண்ணோட்டத்தை அழித்து, நம் நம்பிக்கையை பாதிக்கிறது. அவர்களை எதிர்த்துப் போராட, நாம் அவர்களுடன் குறைந்த ஆற்றலை முதலீடு செய்யலாம் அல்லது அவற்றைக் குறைக்கலாம். நான் நேர்மறை நபர்கள் மற்றும் தனிநபர்களுடன் தொடர்புகொள்வதை மையமாகக் கொண்டு, உண்மையில் வேடிக்கையானது என்ன என்பதைப் பற்றிய விழிப்புணர்வோடு, இலட்சியவாதத்துடன் முன்னோக்கி திட்டமிடுகிறேன்.

அமைதியை வாழ்வில் செலுத்துகிறது. ஊடகங்களில் நிலவும் செய்தி எதிர்மறையானது. இது போர், அழிவு, துரதிர்ஷ்டம், தவறு, இயற்கை பிரச்சினைகள் - மனிதகுலம் மற்றும் உலகின் அனைத்து பகுதிகளையும் விசாரிக்கிறது. உலகளாவிய நகரம் ஒரு நட்பற்ற மற்றும் உணர்ச்சியற்ற இடம் என்பதை பலர் ஏற்றுக்கொள்கிறார்கள், மேலும் இந்த பார்வையைத் தழுவுவதற்கு ஊடகங்கள் நம்மை ஒன்றிணைத்துள்ளன. செய்திகள் ஊக்கமளிக்கும் தருணத்தில், நான் சேனலை ஒரு சிட்காமாக மாற்றுகிறேன், வானொலி ஒலிபரப்பை இசையாக மாற்றுகிறேன், கொலை, போர் மற்றும் சட்டவிரோத மிரட்டல் பற்றிய கட்டுரைகளைப் பார்ப்பேன் அல்லது குறிப்பிடத்தக்க மற்றும் நேர்மறையானவற்றைப் படிக்கிறேன்.

அதை விட்டுவிட்டு தொடர்கிறேன். பீட்டில்ஸ் "லெட் இட் பி" என்று பாடினார், ஆனால் பௌத்தர்கள் அதை சரணடைய எங்களுக்கு பயிற்சி அளிக்கிறார்கள். அனுமதிப்பது என்பது ஒரு சாதகமற்ற சந்தர்ப்பத்திற்கு இடையூறு விளைவிக்காமல் விளையாட்டை விளையாட அனுமதிப்பதைக் குறிக்கிறது. இப்போது மீண்டும் நாம் இடையூறு செய்வதன் மூலம் அல்லது விஷயங்களை மோசமாக்குவதன் மூலம் கூடுதல் குறும்புகளை கொண்டு வரலாம். அதைத் துறப்பது நமது எரிச்சலை அல்-

லது வெறுப்பை இழப்பதைக் குறிக்கிறது. முன்பெல்லாம், தனிநபர்கள் என்னை முணுமுணுக்கும்போது, ஆராயும்போது அல்லது எரிச்சலூட்டும் போது, நான் அடிக்கடி கோபமாகவோ அல்லது கோபமாகவோ உணர்கி-றேன், மேலும் அவர்களிடம் என் விரோதப் போக்கை வைத்திருப்பேன். பௌத்த நுண்ணறிவு என்னை வெளியேறப் பயிற்றுவித்தது. இதற்கு சில முதலீடுகள் தேவைப்படும், இருப்பினும் அது சிறப்பாக நிறைவேற்றப்பட-லாம். பிரதிபலிப்பு என்பது மூளையில் உள்ள அவநம்பிக்கையை அகற்-றுவதற்கான ஒரு அசாதாரண முறையாகும். தற்போதைய வினாடியை பூஜ்ஜியமாக்குவது மற்றொன்று. கடந்த காலத்தை நாம் மாற்ற முடியாது, ஆனால் அதிலிருந்து நாம் பெறலாம். மேலும், கடந்த காலத்தை நாம் விட்டுவிடாத சந்தர்ப்பத்தில், அது தொடர்ந்து நம்மைத் துன்பப்படுத்துகி-றது.

சிரமத்திற்கு பதிலளிக்க மறுக்கிறது. மதம், பாலினம் மற்றும் சட்ட-மன்றப் பிரச்சினைகள் போன்ற பிரபலமான விவாதப் பொருட்கள். உதா-ரணமாக, ஒரு சமூகப் பிரச்சினைக்கு பொது அதிகாரத்தின் எதிர்வினை பற்றி ஒரு துணை கேலியாகக் குறிப்பிடலாம், இது நாம் உடன்படாத மதிப்பீடு. இந்த விவாதங்களில் பங்கேற்பது உண்மையான சச்சரவுக-ளைத் தூண்டலாம் அல்லது மற்றவர்களைக் குறைத்து மதிப்பிடலாம். நீண்ட காலமாக, நான் என் உணர்வை வெளிப்படுத்துகிறேன், இது ஒரு சூடான விவாதத்தை வழக்கமாக நிரப்புகிறது. எனது பார்வையை எவ்-வாறு சரிசெய்வது மற்றும் பராமரிப்பது என்பதை நான் கண்டுபிடித்தேன். நான் எனக்கு நினைவூட்டுகிறேன்: "நீங்கள் அமைதியாக அமைதியாக இருக்க முடிந்தால், எதுவும் சொல்லாதீர்கள்."

பொழுதுபோக்கு மற்றும் குறிப்பிடத்தக்க வேலை அல்லது பொழு-துபோக்கு பயிற்சிகளுக்காக பங்கேற்கவும். துன்பத்தை நிர்வகிப்பதற்கான மிகச் சிறந்த வழி, நம்முடைய நேரத்தையும் சக்தியையும் நாம் பாராட்டு-வதற்குச் செலவிடுவதாகும். சிலருக்கு, ஒரு தொழில் முக்கியத்துவம் மற்-றும் ஊக்கம் மற்றும் நிறைவை வழங்குகிறது, மற்றவர்கள் தளர்வு பயிற்-சிகளை பாராட்டுகிறார்கள். கலவையும் புகைப்படமும் எனக்கு "டிலைட் டி விவ்ரே" தரும் என்பதை நான் புரிந்துகொண்டேன்.

மனித வெளிப்பாடுகளில் பங்கேற்பது. வேடிக்கையான இசை, வேடிக்கையான வேலைப்பாடு, வேடிக்கையான படங்கள், வியக்க வைக்-கும் புகைப்படம் எடுத்தல், வசனம் அமைத்தல், அற்புதமான படைப்பு

மனம், கற்பனை என எதையும் தடுப்பதன் மூலம் இழிந்த தன்மையை நாம் தடுக்கலாம். சிறந்த வசனங்கள், பத்திரிகைகள் மற்றும் குறுகிய கனவுகள் மனித நிலையைப் பற்றிய வெளிப்பாட்டுடன் முடிவடைகின்றன - அவை இருப்பு பற்றிய விளக்கத்தைப் பகிர்ந்து கொள்கின்றன. குறிப்பிடத்தக்க கட்டுரைகள், இதழ்கள் மற்றும் புத்தகங்களை நான் தவறாமல் படிப்பேன், என் மனதை ஆதரிக்கும் மற்றும் நல்ல சிந்தனைகள் மற்றும் உணர்வுகள் மற்றும் கதைகளால் என் ஆன்மாவை நிரப்புகிறது. மேலும் படங்களில் சிறந்த இயக்கப் படங்களை உருவாக்குவதை நான் பாராட்டுகிறேன். இந்த முந்தைய கோடையில் ஒரு ஆற்றல்மிக்க, மிக முக்கியமான திரைப்படமான குழந்தை பருவம், இளமைப் பருவத்தில் செல்லும் சிறிய இளைஞர்களைப் பற்றிய ஒரு கதை.

எங்கள் அதிர்ஷ்டத்தை நினைவில் கொள்கிறோம். இந்த நேரடியான உடற்பயிற்சி, வாழ்க்கையின் உயர் பக்கங்களில் பூஜ்ஜியமாக நமக்கு உதவுகிறது. தொடர்ந்து, நாம் விசாரணையை எதிர்கொள்ளலாம்: நான் எதற்காகப் பாராட்டப்படுகிறேன்? வேலை, காதல், குடும்பம், இருப்பு நிதி ஆகியவை இயல்பான எதிர்வினைகள். பெரும்பான்மையானவர்கள் தங்கள் நல்வாழ்வை இழக்கும் வரை அதைக் கருத்தில் கொள்ள மாட்டார்கள். எப்போது, விபத்து, நோய், நோய், பேரிடர் நம்மை முற்றிலும் மாற்றும். வீரியம் மிக்க வளர்ச்சியுடன் அழிவுகரமான இரண்டு நபர்கள் தூசியைக் கடிப்பதை நான் அறிவேன். பிற்காலத்தில் வாய்ப்பு கிடைக்காமல் போகலாம் என்பதால், இப்போது செய்வது முக்கியத்துவம் வாய்ந்தது என்பதால், தற்போது பூஜ்ஜியமாக இருக்க முடிவு செய்துள்ளேன். எதிர்மறையாக இருந்தால், நான் அதை புறக்கணிப்பேன். விரைவில் அல்லது பிற்பகுதியில், எனது சிறந்த நல்வாழ்வுக்காக நான் நன்றி கூறுகிறேன். உங்கள் ஆரோக்கியம் உங்களுக்கு இல்லை என்றால், உங்கள் தனிப்பட்ட திருப்தி குறைவாக இருக்கும் என்பதை நான் கண்டுபிடித்தேன்.

15

நட்பு

ஒரு சில உறவினர்கள் கவர்ச்சிகரமான மற்றும் அற்புதமான மற்றும் எங்கள் தனிப்பட்ட திருப்தி வேலை. வெவ்வேறு உறவுமுறைகள் மோதலையும் சிரமத்தையும் கொண்டு வருவதுடன் நமது நல்வாழ்விற்கும் தீங்கு விளைவிக்கும். சிறந்த தோழமைகள் நம் வாழ்வில் முக்கியத்துவத்தையும் காரணத்தையும் சேர்க்கின்றன, நமது உளவியல் மற்றும் உண்மையான நல்வாழ்வில் வேலை செய்கின்றன, மேலும் நமது செழிப்பை மேம்படுத்துகின்றன.

நிச்சயமான மூளை அறிவியலில் ஆய்வுகள் உங்களுக்கு குறைந்தபட்சம் ஐந்து தோழர்களாவது இருந்தால், அவர்கள் சமூகத் தொடர்புகளையும், துன்பங்கள் அல்லது மன அழுத்தத்தின் மத்தியிலும் ஆதரவளிப்பார்கள், தோழர்கள் இல்லாத தனிநபரை விட நீங்கள் மகிழ்ச்சியாக இருப்பீர்கள்.

தோழமைகளை நாம் எங்கே கண்டுபிடிப்பது? அற்புதமான மற்றும் மிகவும் பயங்கரமான உறவுமுறைகள் என்ன? கூட்டுறவுகளை நாம் எவ்வாறு உருவாக்கலாம் மற்றும் தொடரலாம்? உறவுமுறை எவ்வாறு நமது செழுமையை மேலும் வளர்க்கும்?

ஒவ்வொரு கலவையும் தோழமைக்கான வாய்ப்பை வழங்குகிறது. தனிநபர்களைச் சந்திக்கவும், அவர்களைப் பற்றி அறிந்து கொள்ளவும், பல வழிகளில் தோழமையை வளர்க்கவும் உங்களுக்கு அற்புதமான வாய்ப்பு உள்ளது. பள்ளியில்; வருகையில் அல்லது வெளியேறும்போது; நனவான முயற்சி; வெவ்வேறு தோழர்களிடமிருந்து விளக்கக்காட்சி; ஒரு

நடனத்தில்; சுற்றி குழப்பம்; விருந்துக்குச் செல்வது; டேட்டிங் இணையதளம் அல்லது Facebook போன்ற இணைய அடிப்படையிலான மீடியா மூலம். இந்த தோழமைகள் அவர்களின் உந்துதல், உடல் கவர்ச்சி, இணைப்பு, நெருக்கம், நெருக்கம், மதிப்பு, ஆர்வங்கள் போன்றவற்றால் வேறுபடுகின்றன. உண்மையான தோழர்கள், காதல் அல்லாத தோழர்கள், சாதாரண தோழர்கள், நெருங்கிய தோழர்கள், உறவினர்கள், நன்மைகள் கொண்ட தோழர்கள், நண்பர்கள் போன்ற சொற்களைப் பயன்படுத்துகிறோம். கடிதப் பரிமாற்றம், ஆன்லைன் மீடியா மூலம் மெய்நிகர் தோழர்கள், விஷம் கலந்த கூட்டுறவுகள் மற்றும் இந்த இணைப்புகளை சித்தரிக்க முன்னாள் தோழர்கள். ஒரு சில கூட்டுறவுகள் சில காலம் நீடிக்கும்; வெவ்வேறு உறவுகள் என்றென்றும் நிலைத்திருக்கும்.

பல்வேறு காரணங்களுக்காக உறவுகள் சுய அழிவு. உதாரணமாக, ஒரு பணித் துணை ஒரு பணியை விட்டு வெளியேறும்போது, அவர்களைக் காண உங்களுக்கு வேலையில் வாய்ப்பு இல்லை. அல்லது ஒரு துணை வேறொரு நகரம், பகுதி, மாநிலம் அல்லது நாட்டிற்குச் செல்கிறார் என்று கருதினால் - அவர்களுடன் தரமான நேரத்தைப் பாராட்ட நீங்கள் மிகவும் தயங்குகிறீர்கள். சில சமயங்களில் நம் சொந்த குறைபாடு இல்லாமல் உறவுமுறைகள் முடிவடைகின்றன. நீண்ட இடைவெளியில் பிரிந்து விடுவீர்கள். வெவ்வேறு நேரங்களில் உறவைப் புறக்கணிக்கலாம் அல்லது வெவ்வேறு உறவுகளைப் பெறலாம். எனவே ஒரு தோழமையை வைத்திருப்பது உண்மையிலேயே சவாலானது.

சிறந்த தோழமை "அன்பான துணை", சிறந்த கூட்டுறவு மூலம் பின்தங்கியுள்ளது. அரிஸ்டாட்டில் நல்ல தோழமை பற்றி கூறினார்: "ஒரே ஆன்மா இரண்டு உடல்களில் இருக்கும்." பழைய நண்பர்களும் சிறந்த கூட்டுறவுகளும் நமது தனிப்பட்ட திருப்தியில் வேலை செய்கின்றன. பிடிப்பு மற்றும் சங்கம், மகிழ்ச்சி மற்றும் முக்கியத்துவம், நம்பிக்கை மற்றும் இணக்கம், பாராட்டு. பழைய நண்பர்கள் மற்றும் பெரிய உறவினர்கள் வர கடினமாக உள்ளது மற்றும் நேசிக்கப்பட வேண்டும். உங்கள் வாழ்நாள் முழுவதும் உங்களுக்கு ஒரு பழைய நண்பன் இருக்கும் சந்தர்ப்பத்தில், நீங்கள் கௌரவிக்கப்படுகிறீர்கள்.

ஒழுக்கமான அல்லது சிறந்த தோழமையின் பண்புகள் என்ன? உறவுமுறையானது கவர்ச்சிகரமானது, சுலபமானது, ஏற்றுக்கொள்ளக்கூடியது மற்றும் எப்படியோ அல்லது வேறுவிதமாக சிறப்பானது. உதா-

ரணமாக, தோழர்கள் ஹாக்கி அல்லது பேஸ்பால் அல்லது தியேட்டர் அல்லது கைவினைத்திறன் போன்ற சில சாதாரண ஆர்வங்களுடன் தொடர்புடையவர்கள்.

தோழர்கள் ஒருவரையொருவர் ஆராய்வதன் மூலமோ அல்லது மதிப்பிழப்பதன் மூலமோ அல்லது கேலி செய்வதன் மூலமோ ஒருவரையொருவர் மதிக்கிறார்கள். ஒரு தோழர் ஆலோசனை கேட்கும் போதெல்லாம், மற்றொரு துணை உண்மையாகவும் உணர்வுப்பூர்வமாகவும் செயல்படுகிறார்.

அவர்கள் தரமான ஆற்றலை ஒருவருக்கொருவர் முதலீடு செய்கிறார்கள். அவர்கள் எஸ்பிரெசோவின் விவாதத்தில் பங்கேற்கிறார்கள், நகைச்சுவைகளில் சிரிக்கிறார்கள். அவர்கள் ஒரு திரைப்படத்தைப் பார்க்கலாம், ஒன்றாக வகுப்பிற்குச் செல்லலாம், ஒரு விளையாட்டில் பங்கேற்கலாம். எப்படியும், தோழர்கள் தொலைபேசியில் அரட்டையடிக்கலாம், நேருக்கு நேர் ஆற்றலை முதலீடு செய்வதிலிருந்து தூரத்தைக் காத்துக்கொள்ளலாம்.

தோழர்கள் ஒருவரையொருவர் நம்புகிறார்கள், அதனால் அவர்களின் பாதுகாப்பு புறக்கணிக்கப்படாது என்பதை உணர்ந்து மர்மங்களைப் பகிர்ந்து கொள்ளலாம்.

தோழர்கள் கடமையுணர்வுடன், தொடர்ந்து நிலையாக இருப்பார்கள், குறிப்பாக ஒரு துணை துரதிர்ஷ்டவசமாக இருக்கும்போது மற்றும் சிரமத்திற்கு ஏற்றவாறு இருக்க வேண்டும்.

அவர்கள் உறவின் மதிப்பைப் புரிந்துகொள்கிறார்கள், பாராட்டுகிறார்கள், பிறந்தநாளை நினைவு கூர்கிறார்கள், ஒரு கெட்-வெல் கார்டை அனுப்புகிறார்கள், "ஹாய்" சொல்ல அழைக்கிறார்கள்.

தோழர்கள் சாதனைகள் அல்லது வெற்றிகளைப் பாராட்டுகிறார்கள். நீங்கள் வெற்றிபெறும் போதெல்லாம், ஒரு துணை உங்களை வாழ்த்துவார்.

பொதுவான நலன்களை வர்த்தகம் செய்வதன் மூலம் அவர்கள் ஒருவருக்கொருவர் இணைகிறார்கள். உதாரணமாக, நீங்கள் குறிப்பிட்ட ஒன்றை அழைத்து தொடர்பு கொண்டால், புத்திசாலியான துணை மீண்டும் பெற அனுப்புவார். நீங்கள் அவர்களை இரவு உணவிற்கு வரவேற்கும் பட்சத்தில், ஒரு புத்திசாலியான துணை உங்களை இரவு உணவிற்கு வரவேற்பார். ஒரு கண்ணியமான உறவானது சமரசம் செய்யாமல் அல்-

லது குறிப்பிடத்தக்க மதிப்புள்ள வர்த்தகம் இல்லாமல் அபத்தமானது.

உண்மையில், உங்கள் செழுமைக்கு தீங்கு விளைவிக்கும் தனிநபரை விட, மற்றவர்களிடமிருந்தும், தோழர்கள் இல்லாமல் பிரிந்து இருப்பது புத்திசாலித்தனமானது. ஒரு பாதிக்கப்பட்ட துணை உங்கள் வாழ்க்கையை இழிவுபடுத்தும் மற்றும் உங்கள் ஆவிக்கு நச்சுத்தன்மையை ஏற்படுத்தும். ஒருவேளை ஒரு பாதிக்கப்பட்ட துணை உங்களைத் தொடர்ந்து புண்படுத்துகிறது, உங்கள் வெற்றிகளைப் புகழ்ந்து பேசாமல், எதுவும் சொல்லாமல் இருக்கலாம். ஒருவேளை ஒரு தீங்கு விளைவிக்கும் தோழன் தொடர்ந்து முணுமுணுத்துக்கொண்டிருக்கலாம், தொடர்ந்து அதிர்ஷ்டம் இல்லாமல் இருக்கலாம் மற்றும் ஒருவருக்கொருவர் எதிர்வினையாற்ற முடியாது. ஒருவேளை பாதிக்கப்பட்ட தோழர் சத்தமாக அல்லது உண்மையிலேயே அடக்குமுறையாக இருக்கலாம் அல்லது கூட்டுறவுக்கு ஆர்வம் காட்டாமல் இருக்கலாம். ஒருவேளை ஒரு பாதிக்கப்பட்ட துணை நம்பிக்கைக்குரிய வகையில் வலுவாக இல்லை, உங்கள் வாழ்க்கையை எவ்வாறு தொடர்வது அல்லது ஆசை அல்லது பொறாமையை வெளிப்படுத்துவது என்பதை உங்களுக்குத் தெரியப்படுத்துவார். ஒருவேளை பாதிக்கப்பட்ட துணை சுயநலம் மற்றும் நாசீசிஸ்டிக், சுரண்டல், தொடர்ந்து தங்கள் சொந்த தேவைகள் மற்றும் விருப்பங்களில் பூஜ்ஜியமாக இருக்கலாம். ஒருவேளை தீங்கு விளைவிக்கும் துணை ஒரு மோசமான தாக்கத்தை ஏற்படுத்துகிறது, மதுபானம் அல்லது மருந்துகளுடன் பிரச்சினை. ஒருவேளை தோழன் முறையற்றவராக அல்லது ஊழல்வாதியாக இருக்கலாம்.

மக்கள் சமூக உயிரினங்கள், அவர்களுக்கு உணவு, உறை, உடை, தண்ணீர் மற்றும் பாசம் மற்றும் சமூக தொடர்பு தேவை. சில நேரங்களில் இந்த சமூக ஒத்துழைப்பு இரண்டு அன்பர்களுக்கு இடையில் உள்ளது, உதாரணமாக, அழகான மற்றும் காதலி, அல்லது தோழர்கள் அல்லது கூட்டு முறையான கூட்டாளிகள். பல நன்மைகளை வழங்கும் கண்ணியமான வாழ்க்கையின் அமுதங்களில் ஒன்று உறவுமுறை. இங்கே சில:

வேலையிழப்பு, நோய் மற்றும் ஒரு துணையின் இறப்பு போன்ற துரதிர்ஷ்டங்களுக்கு ஏற்ப உறவை உங்களுக்கு உதவ முடியும். கடினமான சூழ்நிலையில் ஒரு உண்மையான துணையை மறைக்கவும். உதாரணமாக, நீங்கள் ஒரு அழகியையோ அல்லது காதலியையோ பிரிந்து

செல்லும்போது, உங்கள் தோழர்கள் அருகில் இருப்பார்கள், உதவி மற்றும் ஆறுதல் அளிப்பார்கள். மிக மோசமான நேரங்களில் நெருங்கிய தோழர்கள் உங்களைத் தாங்குவார்கள்.

- சிறந்த தோழமை ஒரு சமூக பிணைப்பை உருவாக்குகிறது அல்லது யாரோ ஒருவர் அவர்களுக்கு பயிற்சிகள் மற்றும் சந்திப்புகளை வழங்குகிறார். உறவின் இந்த ஒப்பந்தம் உங்கள் வாழ்க்கையில் முக்கியத்துவத்தையும் காரணத்தையும் உருவாக்குகிறது.

பயனுள்ள கூட்டுறவு உங்கள் வாழ்க்கையில் மகிழ்ச்சியைத் தருகிறது. உதாரணமாக, நீங்கள் ஒரு பந்து விளையாட்டில் ஒன்றாக உட்காரலாம், நகைச்சுவையில் சிரிக்கலாம் அல்லது விவாதத்தில் பங்கேற்கலாம். ஒரு துணையுடன் சேர்ந்து, ப்ளூ ஜேஸ் உலகளாவிய சாம்பியன்ஷிப்பை வென்றது போன்ற மகிழ்ச்சியான நேரத்தை நீங்கள் பாராட்டலாம். வழக்கமாக, சக நண்பர்களுடன் ஆற்றலை முதலீடு செய்வது, கயாக்கிங் செல்வது மற்றும் முகாம் அமைப்பது, பிளஃப்ஸ் அல்லது பனிச்சறுக்கு சாய்வுகளில் ஏறுவது, அல்லது ஏதேனும் புதிரான நோக்கத்திற்குச் செல்வது போன்றவற்றைப் பற்றிய எங்கள் அன்பான நினைவுகள்.

கூட்டுறவு உங்கள் வாழ்க்கையில் அழுத்தத்தை குறைக்கிறது. நாம் அமைதியின்றி அல்லது வருத்தமாக இருக்கும் கட்டத்தில், ஒரு பழைய நண்பர் நமது இக்கட்டான சூழ்நிலையில் கவனம் செலுத்தி, ஆறுதலையும் நிலையான உறுதியையும் அளிக்கிறார்.

- சிறந்த உறவுமுறைகள் உங்கள் நம்பிக்கையை ஆதரிக்கின்றன மற்றும் உங்கள் சுயமரியாதையை சான்றளிக்கின்றன. உதாரணமாக, ஒரு துணை, "உங்கள் நகைச்சுவை எனக்கு மிகவும் பிடிக்கும்" என்று கூறலாம். பின்னர், அந்த நேரத்தில், "எனக்கு நகைச்சுவையின் நியாயம் உள்ளது" என்று நீங்களே சொல்லுங்கள்.

தோழர்கள் ஒருவரையொருவர் நம்புகிறார்கள், அதனால் அவர்களின் பாதுகாப்பு புறக்கணிக்கப்படாது என்பதை உணர்ந்து மர்மங்களைப் பகிர்ந்து கொள்ளலாம்.

தோழர்கள் கடமையுணர்வுடன், தொடர்ந்து நிலையாக இருப்பார்கள், குறிப்பாக ஒரு துணை துரதிர்ஷ்டவசமாக இருக்கும்போது மற்றும் சிரமத்திற்கு ஏற்றவாறு இருக்க வேண்டும்.

அவர்கள் உறவின் மதிப்பைப் புரிந்துகொள்கிறார்கள், பாராட்டுகிறார்கள், பிறந்தநாளை நினைவு கூர்கிறார்கள், ஒரு கெட்-வெல் கார்டை

அனுப்புகிறார்கள், "ஹாய்" சொல்ல அழைக்கிறார்கள்.

தோழர்கள் சாதனைகள் அல்லது வெற்றிகளைப் பாராட்டுகிறார்கள். நீங்கள் வெற்றிபெறும் போதெல்லாம், ஒரு துணை உங்களை வாழ்த்து-வார்.

பொதுவான நலன்களை வர்த்தகம் செய்வதன் மூலம் அவர்கள் ஒருவருக்கொருவர் இணைகிறார்கள். உதாரணமாக, நீங்கள் குறிப்பிட்ட ஒன்றை அழைத்து தொடர்பு கொண்டால், புத்திசாலியான துணை மீண்-டும் பெற அனுப்புவார். நீங்கள் அவர்களை இரவு உணவிற்கு வரவேற்-கும் பட்சத்தில், ஒரு புத்திசாலியான துணை உங்களை இரவு உணவிற்கு வரவேற்பார். ஒரு கண்ணியமான உறவானது சமரசம் செய்யாமல் அல்-லது குறிப்பிடத்தக்க மதிப்புள்ள வர்த்தகம் இல்லாமல் அபத்தமானது.

உண்மையில், உங்கள் செழுமைக்கு தீங்கு விளைவிக்கும் தனிநபரை விட, மற்றவர்களிடமிருந்தும், தோழர்கள் இல்லாமல் பிரிந்து இருப்பது புத்திசாலித்தனமானது. ஒரு பாதிக்கப்பட்ட துணை உங்கள் வாழ்க்-கையை இழிவுபடுத்தும் மற்றும் உங்கள் ஆவிக்கு நச்சுத்தன்மையை ஏற்-படுத்தும். ஒருவேளை ஒரு பாதிக்கப்பட்ட துணை உங்களைத் தொடர்ந்து புண்படுத்துகிறது, உங்கள் வெற்றிகளைப் புகழ்ந்து பேசாமல், எதுவும் சொல்லாமல் இருக்கலாம். ஒருவேளை ஒரு தீங்கு விளைவிக்கும் தோழன் தொடர்ந்து முணுமுணுத்துக்கொண்டிருக்கலாம், தொடர்ந்து அதிர்ஷ்டம் இல்லாமல் இருக்கலாம் மற்றும் ஒருவருக்கொருவர் எதிர்வி-னையாற்ற முடியாது. ஒருவேளை பாதிக்கப்பட்ட தோழர் சத்தமாக அல்-லது உண்மையிலேயே அடக்குமுறையாக இருக்கலாம் அல்லது கூட்டுற-வுக்கு ஆர்வம் காட்டாமல் இருக்கலாம். ஒருவேளை ஒரு பாதிக்கப்பட்ட துணை நம்பிக்கைக்குரிய வகையில் வலுவாக இல்லை, உங்கள் வாழ்க்-கையை எவ்வாறு தொடர்வது அல்லது ஆசை அல்லது பொறாமையை வெளிப்படுத்துவது என்பதை உங்களுக்குத் தெரியப்படுத்துவார். ஒரு-வேளை பாதிக்கப்பட்ட துணை சுயநலம் மற்றும் நாசீசிஸ்டிக், சுரண்டல், தொடர்ந்து தங்கள் சொந்த தேவைகள் மற்றும் விருப்பங்களில் பூஜ்ஜிய-மாக இருக்கலாம். ஒருவேளை தீங்கு விளைவிக்கும் துணை ஒரு மோச-மான தாக்கத்தை ஏற்படுத்துகிறது, மதுபானம் அல்லது மருந்துகளுடன் பிரச்சினை. ஒருவேளை தோழன் முறையற்றவராக அல்லது ஊழல்வா-தியாக இருக்கலாம்.

மக்கள் சமூக உயிரினங்கள், அவர்களுக்கு உணவு, உறை, உடை, தண்ணீர் மற்றும் பாசம் மற்றும் சமூக தொடர்பு தேவை. சில நேரங்களில் இந்த சமூக ஒத்துழைப்பு இரண்டு அன்பர்களுக்கு இடையில் உள்ளது, உதாரணமாக, அழகான மற்றும் காதலி, அல்லது தோழர்கள் அல்லது கூட்டு முறையான கூட்டாளிகள். பல நன்மைகளை வழங்கும் கண்ணியமான வாழ்க்கையின் அமுதங்களில் ஒன்று உறவுமுறை. இங்கே சில:

வேலையிழப்பு, நோய் மற்றும் ஒரு துணையின் இறப்பு போன்ற துரதிர்ஷ்டங்களுக்கு ஏற்ப உறவை உங்களுக்கு உதவ முடியும். கடினமான சூழ்நிலையில் ஒரு உண்மையான துணையை மறைக்கவும். உதாரணமாக, நீங்கள் ஒரு அழகியையோ அல்லது காதலியையோ பிரிந்து செல்லும்போது, உங்கள் தோழர்கள் அருகில் இருப்பார்கள், உதவி மற்றும் ஆறுதல் அளிப்பார்கள். மிக மோசமான நேரங்களில் நெருங்கிய தோழர்கள் உங்களைத் தாங்குவார்கள்.

- சிறந்த தோழமை ஒரு சமூக பிணைப்பை உருவாக்குகிறது அல்லது யாரோ ஒருவர் அவர்களுக்கு பயிற்சிகள் மற்றும் சந்திப்புகளை வழங்குகிறார். உறவின் இந்த ஒப்பந்தம் உங்கள் வாழ்க்கையில் முக்கியத்துவத்தையும் காரணத்தையும் உருவாக்குகிறது.

பயனுள்ள கூட்டுறவு உங்கள் வாழ்க்கையில் மகிழ்ச்சியைத் தருகிறது. உதாரணமாக, நீங்கள் ஒரு பந்து விளையாட்டில் ஒன்றாக உட்காரலாம், நகைச்சுவையில் சிரிக்கலாம் அல்லது விவாதத்தில் பங்கேற்கலாம். ஒரு துணையுடன் சேர்ந்து, ப்ளூ ஜேஸ் உலகளாவிய சாம்பியன்ஷிப்பை வென்றது போன்ற மகிழ்ச்சியான நேரத்தை நீங்கள் பாராட்டலாம். வழக்கமாக, சக நண்பர்களுடன் ஆற்றலை முதலீடு செய்வது, கயாக்கிங் செல்வது மற்றும் முகாம் அமைப்பது, பிளஃப்ஸ் அல்லது பனிச்சறுக்கு சாய்வுகளில் ஏறுவது, அல்லது ஏதேனும் புதிரான நோக்கத்திற்குச் செல்வது போன்றவற்றைப் பற்றிய எங்கள் அன்பான நினைவுகள்.

கூட்டுறவு உங்கள் வாழ்க்கையில் அழுத்தத்தை குறைக்கிறது. நாம் அமைதியின்றி அல்லது வருத்தமாக இருக்கும் கட்டத்தில், ஒரு பழைய நண்பர் நமது இக்கட்டான சூழ்நிலையில் கவனம் செலுத்தி, ஆறுதலையும் நிலையான உறுதியையும் அளிக்கிறார்.

- சிறந்த உறவுமுறைகள் உங்கள் நம்பிக்கையை ஆதரிக்கின்றன மற்றும் உங்கள் சுயமரியாதையை சான்றளிக்கின்றன. உதாரணமாக, ஒரு

துணை, "உங்கள் நகைச்சுவை எனக்கு மிகவும் பிடிக்கும்" என்று கூற-லாம். பின்னர், அந்த நேரத்தில், "எனக்கு நகைச்சுவையின் நியாயம் உள்ளது" என்று நீங்களே சொல்லுங்கள்.

சிறந்த கூட்டுறவுகள் உங்கள் விருப்பங்களையும் சந்திப்புகளையும் வளர்க்கும். உதாரணமாக, ஒரு துணை உங்களுக்கு புதிய உணவுகள், புத்தகங்கள், வெளிப்பாடுகள், திரைப்படம், இசை, பயணம், நடனம் ஆகியவற்றை அறிமுகப்படுத்தலாம்.

நல்ல கூட்டுறவுகளின் அமைப்பைக் கொண்டவர்கள், இல்லாத நபர்-களை விட நீண்ட காலம் வாழ முடியும்.

● பழைய நண்பரும் உங்களுக்கு ஒரு புதிய பார்வையை வழங்கு-வார். உங்கள் சொந்தக் கண்ணோட்டத்தின்படி நீங்கள் வாழ்க்கையைப் பார்க்கிறீர்கள், மேலும் அவர்கள் ஒரு மாற்று மதிப்பீட்டை வழக்கமாகப் பகிர்ந்து கொள்கிறார்கள்.

கூட்டுறவு நமது மகிழ்ச்சியையும் செழிப்பையும் மேம்படுத்துகிறது. அவை வாழ்க்கைக்கு முக்கியத்துவத்தையும் காரணத்தையும் சேர்க்-கின்றன.

கடைசி எண்ணங்கள்

பார்வையற்ற ஹெலன் கெல்லர் ஒருமுறை கூறினார், "நான் வெளிச்சத்தில் தனியாக இருப்பதை விட, தெளிவின்மையில் ஒரு துணையுடன் உலா வர விரும்புகிறேன்." கூட்டுறவு இல்லாமல், பெரும்-பான்மையானவர்கள் பரிதாபகரமான, ஊக்கமிழந்த மற்றும் துரதிர்ஷ்ட-வசமான வாழ்க்கையை வாழ்கிறார்கள், துண்டிக்கப்பட்ட மற்றும் பாழ-டைந்த, தங்களை மற்றும் அவர்களின் ஏமாற்றத்தில் பூஜ்ஜியமாக இருக்கிறார்கள். சிறந்த தோழமைகளுக்கு சாதாரண சமூக தொடர்பு மற்-றும் பகிரப்பட்ட அன்பு தேவை. இது கூடுதலாக மரியாதை, சமூக உதவி, நம்பிக்கை, இரக்கம் மற்றும் பச்சாதாபம் ஆகியவற்றை சார்ந்-துள்ளது. சிறந்த கூட்டுறவுகள் மகிழ்ச்சியையும் மகிழ்ச்சியையும் தரு-கின்றன. எல்லாவற்றையும் தனியாகச் செய்து முடிப்பதற்குப் பதிலாக, நாம் சாதாரண ஆர்வங்கள் மற்றும் பயிற்சிகளைப் பகிர்ந்து கொள்-ளலாம், மேலும் ஒரு கூட்டாளியுடன் இருப்பதன் மூலம் உல்லாசப் பயணத்தை வழங்கலாம். சிறந்த உறவுமுறைகள் நம் வாழ்வில் முக்கியத்-துவத்தையும் காரணத்தையும் சேர்க்கின்றன, நமது உணர்ச்சி நல்வாழ்வு மற்றும் செழிப்பு ஆகியவற்றில் குறிப்பிடத்தக்க வகையில் செயல்படு-

கின்றன. பழங்கால கிரேக்க பகுத்தறிவாளர் எபிகுரஸ் கூறினார்: "ஒருவருக்கு எப்பொழுதும் மகிழ்ச்சியாக வாழ புத்திசாலித்தனத்தை அளிக்கும் பல விஷயங்களில், கூட்டுறவுதான் சிறந்தது."

16

அடிப்படை தினசரி அனுபவம்

நியாயமாக வாழ்வதற்கு, "வேண்டுமென்றே நேரடியான தன்மையை" ஏற்றுக்கொள்வதற்கான அறிவாற்றல் முடிவில் நாம் தீர்வு காண வேண்டும். எல்லாவற்றிற்கும் மேலாக, நம் வாழ்க்கையை எப்படி எளிதாக்குவது என்பதைத் தேர்வுசெய்யும் வாய்ப்பு நமக்குக் கிடைத்துள்ளது. நாங்கள் குறிப்பிட்ட விஷயங்களைக் கருத்தில் கொள்ள விரும்புகிறோம், எடுத்துக்காட்டாக, வேடிக்கை மற்றும் தீவிரமான செயல்பாடுகளுக்கு இடையே சமநிலையை மேலும் மேம்படுத்துதல், உயர்ந்த வாழ்க்கையை எடுத்துக்கொள்வது, கவனமாக வாழ்வது, சந்தர்ப்பத்தில் பங்கேற்பது, தரமான ஆற்றலை முதலீடு செய்தல் மற்றும் திரும்பப் பெறுதல். நாம் தேர்ந்தெடுக்கும் எதையும், தேர்வுகள் நமது செழுமையையும் உண்மையான அமைதியையும் மேலும் வளர்க்கும்.

எந்தக் காரணத்திற்காக ஒரு அடிப்படை வாழ்க்கையைப் பற்றி நாம் சிந்திக்க வேண்டும்? கொந்தளிப்பு, தேவைகள் மற்றும் சிக்கல்களில் இருந்து விடுபட்ட ஒரு அமைதியான வாழ்க்கை மற்றும் தினசரி இருப்புடன் நாங்கள் தொடர்கிறோம். நாங்கள் தாமதமாகி, கொந்தளிப்பான வாழ்க்கையை, விரும்பத்தகாத வாழ்க்கை முறையைத் தொடர்வதை விட்டுவிட்டோம். தனிப்பட்ட நேரம் மற்றும் தனிமைப்படுத்தல் மூலம் எவ்வாறு ஓய்வெடுப்பது என்பதைக் கண்டுபிடிப்போம். மகிழ்ச்சி, நீரோட்டம், முக்கியத்துவம் மற்றும் காரணம் ஆகியவற்றின் கண்ணியமான

இருப்புடன் நாங்கள் தொடர்கிறோம். வாழ்க்கையில் எல்லாமே தற்காலிகமானதா மற்றும் எல்லாம் மாறுகிறதா என்பதைப் பொருட்படுத்தாமல், நாம் நமது நேரம், ஆற்றல் மற்றும் பணச் சொத்துக்களை முக்கியத்துவம் வாய்ந்தவற்றில் கவனம் செலுத்துவோம், அவசரநிலைக்கு இறுக்கமாகத் தொங்குவதில்லை. அன்றாட வாழ்வில் குறிப்பிடத்தக்க விஷயங்களில் இருந்து நம்மை ஆக்கிரமித்திருக்கும் குழப்பத்தை நாங்கள் துடைக்கிறோம். நாம் உண்மையில் நமது வழிமுறைகளுக்குள் வாழ விரும்புவோம் மற்றும் கடமையின் எடையிலிருந்து விலகி இருக்க வேண்டும். நாங்கள் இப்போது புத்திசாலித்தனமாக வாழ்கிறோம், எதிர்காலத்தைப் பற்றி வலியுறுத்தவோ அல்லது கடந்த காலத்தைப் பற்றி புலம்பவோ இல்லை. வேலை, அன்பு, குடும்பம், பொழுதுபோக்கு பயிற்சிகள், ஆரோக்கியம் மற்றும் பிற உலகத்திற்கான சிறந்த வாய்ப்புகளை நாங்கள் ஆரோக்கியமான வாழ்க்கை முறையைக் கொண்டு செல்கிறோம். அந்த நிலைமைகள், பொறுப்புகள், கடமைகள் மற்றும் ஒரு கண்ணியமான வாழ்க்கையைத் தொடர விடாமல் தடுக்கும் தனிநபர்களிடமிருந்து நாம் சுதந்திரமாக இருக்கிறோம். நமக்குத் தேவையானதை வாழ வாய்ப்பு உள்ளது - உண்மையாக.

நம் வாழ்க்கையை எவ்வாறு மேம்படுத்தலாம்? முயற்சியின்மைக்காக, வேடிக்கை மற்றும் தீவிரமான செயல்பாடுகளுக்கு இடையில் சமநிலையை ஏற்படுத்த விரும்புகிறோம். வேலைக்கான ஆற்றலையும், குடும்பத்திற்கான நேரத்தையும், காதலிக்கான சிறந்த வாய்ப்பையும், தோழமைக்கான நேரத்தையும், பொழுதுபோக்கிற்கான நேரத்தையும், வேறு உலகத்திற்கான நேரத்தையும் நாம் முதலீடு செய்ய வேண்டும். சில மூளை ஆராய்ச்சியில் மேற்கொள்ளப்பட்ட ஆய்வுகள், நமது செழுமையை மேலும் எவ்வாறு மேம்படுத்துவது என்பதைக் காட்டுகிறது. நாம் மூன்று வழிகளில் செல்ல வேண்டும்: முதலில், வெளியூர் செல்வது, உடலுறவில் ஈடுபடுவது அல்லது கவர்ச்சியான பெண்ணுடன் நடனமாடுவது போன்ற சில மகிழ்ச்சிகளை நம் வாழ்க்கையில் கொண்டிருக்க வேண்டும். "பெருந்தீனியான டிரெட்மில்லை" பெறுவதில் பூஜ்ஜியம். பேரின்பம் தற்காலிகமானது, எனவே நாங்கள் உண்மையிலேயே நீடித்த திருப்தியைக் கண்டறிய விரும்புகிறோம்.

மகிழ்ச்சியான மற்றும் ஈடுசெய்யும் நிலையில் பணிபுரிவதன் மூலமும், நீரோடையின் உணர்வைத் தரும் பொழுதுபோக்குப் பயிற்சிகளை அனு-

பவிப்பதன் மூலமும், குறிப்பிடத்தக்க கூட்டுறவுகளை உருவாக்குவதன் மூலமும், மற்றும் தரமான ஆற்றலை ஒரு காதலியுடன் முதலீடு செய்வதன் மூலமும் "அன்றாட வாழ்க்கை முழுவதும் ஈர்ப்பது" எப்படி என்பதை நாம் கண்டுபிடிக்க வேண்டும். எது நமக்கு இன்றியமையாதது.

நீண்ட காலமாக, வேடிக்கை மற்றும் தீவிரமான செயல்பாடுகளுக்கு இடையே சமநிலை நம் வாழ்வில் முக்கியத்துவத்தையும் காரணத்தையும் சேர்க்க வேண்டும். வேண்டுமென்றே, நமது பிறிதொரு உலகத்தை வளர்த்து, மதத்தை ஏற்றுக்கொள்வதன் மூலம் இதைச் செய்யலாம். எங்கள் சொந்த வழக்கமான வாழ்க்கையை கடந்த முக்கியத்துவத்தை நாங்கள் கண்காணிக்க விரும்புகிறோம். இது "தன்னை" தோற்கடிப்பதில் பிணைக்கப்பட்டுள்ளது.

பல பணிகளைச் செய்வதன் மூலம் சரணடைவதன் மூலம் நம் வாழ்க்கையை இன்னும் நேராக மாற்றலாம். பல பணிகளைச் செய்வது சிக்கலானது மற்றும் நமது பயனை பலவீனப்படுத்துகிறது. பல பணிகளைச் செய்வது நமது செறிவை விரிவுபடுத்துகிறது மற்றும் அழுத்தத்தை ஏற்படுத்துகிறது. அடுத்த வேலையைத் தொடங்குவதற்கு முன், முதன்மைப் பொறுப்பைச் செய்வதில் நாம் பூஜ்ஜியமாக இருக்க முடியும். எல்லாவற்றையும் கருத்தில் கொண்டு, ஒவ்வொரு வேலையைச் செய்வதையும் நாம் ஒரு நாட்டமாக மாற்ற வேண்டும். ஒவ்வொரு வேலையையும் வரிசையாக முடிப்பதன் மூலம் நமது பயனாக வேலை செய்கிறோம். உதாரணமாக, டிவி மற்றும் தொலைபேசியால் ஆக்கிரமிக்கப்படாமல் அமைதியான இடத்தில் புத்தகத்தைப் படியுங்கள். ஒவ்வொரு வேலையையும் முடிப்பதன் மூலம், உங்கள் நேரத்தையும் கவனத்தையும் ஒரு சில அல்லது நான்கு வேலைகளில் கவனம் செலுத்தாமல், ஒரே ஒரு வேலையில் கவனம் செலுத்த வேண்டும் என்ற அடிப்படையில், உங்கள் வாழ்க்கையை குழப்பமடையச் செய்கிறீர்கள். பல்வேறு பணிகளைச் செய்வது ஆறு தனித்துவமான நபர்களை ஒத்திருக்கிறது, உங்களுக்கு உடனடியாக ஏற்பாடு செய்கிறது.

செல்போன்கள், டேப்லெட்டுகள் மற்றும் இணையம் உள்ளிட்ட மேம்பட்ட கான்ட்ராப்ட்களை துண்டிப்பதன் மூலம் நம் வாழ்க்கையை இன்னும் நேரடியானதாக மாற்றலாம். மேம்பட்ட கண்டுபிடிப்புகள் பயன்படுத்த சிக்கலானவை மற்றும் நீங்கள் கவனம் செலுத்த வேண்டும் என்று எதிர்பார்க்கிறீர்கள், இது தொடர்ந்து திசைதிருப்பப்படுகிறது. வாகனம் ஓட்டும்

போது செல்போனில் மெசேஜ் அனுப்ப வேண்டாம். நீங்கள் சாலையில் உலா வரும்போது, உங்கள் கைப்பேசியில் பேசாமலும் செய்தி அனுப்பாமலும் உங்கள் திறன்களைக் கொண்டு உலகைக் கவனியுங்கள். நீங்கள் வீட்டில் இருக்கும்போதெல்லாம், வசதியான மியூசிக் பிளேயரிலிருந்து விலகவும். டிவி முன் அமர்ந்திருக்கும் போது, டேப்லெட்டை அணைக்கவும். நீங்கள் ஒரு தோழருடன் உரையாடும் கட்டத்தில், உங்கள் செல்போன் ஒலிக்கும்போது அதைப் பெறாதீர்கள். மாலையில், வேலை முடிந்ததும், செல்போனை அணைத்துவிட்டு ஓய்வெடுக்கவும். நாள் முழுவதும், ஒவ்வொரு நாளும் தொகுதிக்கு மாறாக, சில தனிப்பட்ட ஆற்றலை தடையின்றி மற்றும் புத்திசாலித்தனமாக முதலீடு செய்யுங்கள்.

திரும்ப அழைப்பதன் மூலம் நாம் சரியாக வாழ முடியும். ஓய்வெடுப்பதற்கான வாய்ப்பை நாம் செதுக்க விரும்புகிறோம் என்பதை இது குறிக்கிறது. தினமும் ஒரு மணி நேரம் தனியாக செலவிடலாம். நாம் கூர்ந்து கவனிக்கலாம், இசையைக் கேட்டுக் கொண்டே நிற்கலாம், அலசலாம். பவர் வாக் திட்டமிடுவது அல்லது தொடர்ந்து யோகா செய்வது போன்ற நேரடியான ஒர்க் அவுட் ஆட்சியை நாம் தொடங்கலாம். வாரயிறுதி அல்லாத நாட்களிலும், வார இறுதி நாட்களிலும் நாங்கள் நீண்ட நேரம் வேலை செய்வோம் என்று எதிர்பார்க்காத வணிகத்தை நாங்கள் கவனிக்கலாம். நாம் சும்மா உட்கார்ந்து சக்தியை முதலீடு செய்யலாம் - மற்றும் வெறுமனே யோசித்து அல்லது நினைவு கூரலாம். அதைத் தொடர்ந்து செய்து முடிப்பதற்குப் பதிலாக, "இருக்க" முடிவு செய்யலாம்.

நான் வாழ நினைக்கும் முறைக்கு முக்கியமான இரண்டு தகவல் கூறுகள் உள்ளன. முதலில் கொஞ்சம் நிதானத்துடன் வாழ வேண்டும். மொத்தத்தில், நான் வரம்புகளிலிருந்து விலகி இருக்கிறேன். நான் மலையில் ஏறுவதையோ, விமானத்திலிருந்து இறங்குவதையோ நீங்கள் பார்க்க மாட்டீர்கள். நான் ஏரியில் தனியாக நீந்துவதையோ அல்லது என் உயிரைக் காப்பாற்ற பந்தயம் கட்டுவதையோ நீங்கள் பார்க்க மாட்டீர்கள். நான் நிறைய குடித்தால் எனக்கு தலைவலி வரும் என்று புரிந்துகொண்டேன். நான் புகைபிடிப்பதாக வைத்துக் கொண்டால், நுரையீரல் அல்லது எம்பிஸிமாவில் செல்லுலார் செயலிழப்பினால் ஆபத்தில் உள்ளேன். நான் என் தட்டில் குறைந்த தரமான ஊட்டச்சத்தை நிரப்பி,

அதற்குப் பழகிவிட்டேன் என்று வைத்துக் கொண்டால், நான் அதிக எடையுடன் இருக்கிறேன் மற்றும் மருத்துவப் பிரச்சினைகளின் ஆபத்தில் இருக்கிறேன். நான் எக்ஸ்பிரஸ்வேயில் வேகமாக செல்கிறேன் என்று வைத்துக் கொண்டால், ஒரு போலீஸ்காரர் தடுத்து நிறுத்தி, எனக்கு வேகமான டிக்கெட்டை அதிகரிப்பதற்கான சாத்தியக்கூறுகள் உள்ளன. மூர்க்கத்தனமான உல்லாசப் பயணம் எனது அவசரகால ஆபத்தை அதிகரிக்கும் என்பதை நான் புரிந்துகொண்டேன். அவசரநிலை வாழ்க்கையை சிக்க வைக்கிறது. அவசரநிலை அடிக்கடி சிரமத்தைத் தூண்டுகிறது.

நம் வாழ்க்கையை மேம்படுத்த யாரும் நம்மைக் கட்டுப்படுத்த மாட்டார்கள். அடிப்படையில் வாழ்வது என்பது தனிப்பட்ட முடிவு. பெரும்பான்மையானவர்கள் தங்கள் வாழ்க்கை மிகவும் வருத்தமளிப்பதாக இல்லை, மாறாக அவர்களின் வாழ்க்கைக் கோட்பாட்டின் ஒரு அங்கமாக மிகவும் ஆச்சரியமளிக்கவில்லை. வாழ்க்கை மிகவும் குழப்பமானதாக மாறுவதையும் பலர் கவனிக்கிறார்கள். குறைவான குறுக்கீடுகள், குறைவான கடமைகள், குறைவான எடைகள், குறைவான பொறுப்புகள் உள்ளன - அவை நம் நேரத்தை இழுத்து, நமது ஆற்றலைக் குறைக்கின்றன, முக்கியத்துவத்திலிருந்தும் காரணத்திலிருந்தும், மகிழ்ச்சியான வாழ்க்கையை முன்னெடுத்துச் செல்வதற்கு மிகவும் முக்கியத்துவம் வாய்ந்தவைக்கு நம் கவனத்தை திருப்பி விடுகின்றன. வியக்கத்தக்க வகையில் வாழ்வது செழிப்பு, மகிழ்ச்சி மற்றும் வாழ்க்கை நிறைவை மேம்படுத்துகிறது என்பதை நான் கண்டுபிடித்தேன்.

www.ingramcontent.com/pod-product-compliance
Lightning Source LLC
LaVergne TN
LVHW101925220826
846093LV00009B/377